सरश्री

राजयोग गीता

असामान्य समर्पण युक्ती

भक्त जेव्हा प्रत्येक क्रिया ईश्वराला समर्पित करतो,
तेव्हा तो ईश्वराचा परमप्रिय बनतो

राजयोग गीता

असामान्य समर्पण युक्ती

Rajyog Gita

Asamanya Samarpan Yukti

By **Sirshree** Tejparkhi

प्रकाशक : वॉव पब्लिशिंग्ज् प्रा. लि., पुणे

प्रथम आवृत्ती : एप्रिल २०१९

ISBN : 9789387696761

'राजयोग गीता' या मूळ हिंदी पुस्तकाचा मराठी अनुवाद

प्रस्तुत पुस्तक समर्पित आहे, अशा सत्यपिपासूंना, जे परमगुह्य ज्ञान प्राप्त करून असाधारण समर्पणाची युक्ती शिकतात. सुख-दुःखापार जाऊन ईश्वराचे परमप्रिय भक्त बनतात.

प्रस्तावना

आत्मसाक्षात्कारानंतर काय?

ओह! आय सी...

एकदा एक आत्मसाक्षात्कारी संत धान्याचं पोतं खांद्यावर घेऊन बाहेर निघाले होते. तेव्हा रस्त्याने जाणाऱ्या एका मनुष्याने त्यांना थांबवून विचारलं, 'आत्म साक्षात्कार प्राप्त झाल्यावर काय होतं ते सांगू शकाल का?' संतांनी त्याच्याकडे पाहिलं आणि हसतच आपल्या खांद्यावरचं ओझं खाली ठेवलं. याचाच अर्थ, त्यांनी काहीही न बोलता उत्तर दिलं. हे पाहून तो मनुष्य विचारमग्न झाला. मग त्याने विचारलं, 'आत्मसाक्षात्कार झाल्यावर लोक काय करतात? आत्मज्ञान प्राप्त झाल्यावर लोक कसे जगतात?' हे प्रश्न ऐकून संतानी पुन्हा पोतं खांद्यावर टाकलं आणि मार्गक्रमण करू लागले. अर्थातच आत्मसाक्षात्कार होण्यापूर्वीही मनुष्य ओझं वाहत असतो आणि आत्मसाक्षात्कार प्राप्त झाल्यानंतरही तो ओझ वाहतो परंतु दोन्हीत मूलभूत फरक असतो. आधी मनुष्य पोत्याच्या वजनाला

ओझं समजतो. मात्र आत्मसाक्षात्कारानंतर ओझ्याचं रूपांतर ज्ञानात होतं आणि ते आनंदाला कारणीभूत ठरतं.

म्हणूनच तुम्हालादेखील भारवाहक नव्हे तर ज्ञानोपासक व्हायचं आहे. ज्यांना ओझी वाहायला आवडतं, ते लोभी बनतात, रोगी बनतात. मात्र जे ज्ञानाचे उपासक असतात ते साधक बनतात, योगी बनतात. अनुभूती (समज) नसेल तर मनुष्याला ज्ञानाचंही ओझं वाटतं, तसंच दुःखासोबत सुखाचंही ओझं वाटतं.

नवव्या अध्यायात तुमच्यासमोर 'परम गोपनीय ज्ञान योगी' होण्याचं रहस्य उलगडलं जात आहे. यात तुम्ही वाचत असलेले शब्द महत्त्वाचे नसून त्याद्वारे मिळणारा बोध महत्त्वाचा आहे.

मात्र हे 'परम गोपनीय ज्ञान' नेमकं काय आहे? ज्ञान आणि विज्ञान यांच्या संयोगाने जे तयार होतं ते तत्त्वज्ञान! या तत्त्वज्ञानाची अनुभूती झाल्यावरच परम गोपनीय (परमगुह्य) ज्ञानाचं रहस्य उलगडतं. तत्त्वज्ञान हे असं ज्ञान आहे, जे जाणलं नाही तर सर्वकाही जाणूनही काहीच न जाणल्यासारखं आहे. जसं, तुमचा उजवा हात ज्ञानाचं प्रतीक आहे आणि डावा हात विज्ञानाचं. मात्र जेव्हा हे दोन्ही हात एकत्र येतात तेव्हा जे प्रकटतं ते तत्त्वज्ञान! अर्थातच यांचा परस्परांशी योग्य सहयोग होणं आवश्यक आहे. योग्य सहयोग असला तर हात परस्परांपासून कितीही दूर गेले तरीही सहयोग कायम टिकून राहतो. ज्याप्रमाणे एखाद्या व्यक्तीशी तुमचे हृदयापासून सूर जुळलेले असतील तर ती व्यक्ती तुमच्यापासून कितीही लांब असली तरी जवळच असते. मात्र एखाद्या व्यक्तीशी हृदय (मन) जुळलेलं नसेल तर ती जवळ असूनही तिच्याविषयी आपुलकी वाटत नाही. जर विज्ञान म्हणालं, 'मी महान' आणि ज्ञान म्हणालं, 'मी महान' तर त्यांचा सहयोग होऊ शकत नाही. यासाठी अंतरंगात ज्ञान-विज्ञान यांचा ताळमेळ साधून गोपनीय ज्ञान प्रकटण्याची संधी तुम्ही द्यायला हवी.

मानवाच्या जीवनात घडणाऱ्या सर्व घटना त्याच्या संकल्पावर आधारित असतात. मात्र त्याच्या अंतर्यामी असलेलं चैतन्य यापासून विलग असतं. माणसाच्या वर्तमानातील कर्मांवर त्याची पुढील कर्मं अवलंबून असतात आणि अशा प्रकारे जीवनचक्र सुरू राहतं, हे गोपनीय ज्ञानात दडलेलं रहस्य आहे.

या परमचैतन्याची अनुभूती म्हणजेच आत्मबोध होय. श्रीकृष्ण म्हणतात, दुष्ट आणि दुराचारी मनुष्यदेखील संकल्पशक्तीच्या आधारे आत्मबोध प्राप्त करू शकतो. खरंतर त्याला साधूच म्हणावं लागेल. वाल्मिकींमध्ये झालेलं रूपांतर आपणा सर्वांना ज्ञात आहेच.

आत्मबोध अवस्था प्राप्त करण्यासाठी श्रीकृष्णांनी सांगितलेल्या असामान्य समर्पण योगाचा उल्लेख या अध्यायात आलेला आहे. हा असा योग आहे, ज्यात कर्मच नव्हे तर कर्म करणारासुद्धा समर्पित होतो. त्यानंतरच जी अवस्था प्रकट होते ती आत्मबोधाची!

एखादा मनुष्य समर्पण करतो तेव्हा तो सुरुवातीला स्वतःचं कर्मफळ, शंका, वृत्ती, सुख, दुःख इत्यादी बाह्य गोष्टी समर्पित करतो. परंतु असामान्य समर्पण योग 'तू स्वतःही समर्पित हो' असं शिकवतो. समजा, एखाद्याला सांगितलं, की 'तुझ्याकडे जे जे आहे ते सर्व समर्पित कर' तर सुरुवातीला तो त्याच्या आसपास असलेल्या वस्तू समर्पित करेल. मग हळूहळू खिशातल्या वस्तू काढून ठेवेल. परंतु तेव्हा त्याच्या लक्षात येत नाही, की वस्तू काढणारा कर्तासुद्धा (अहंकारसुद्धा) समर्पित व्हायला हवा. हाच असामान्य समर्पण योग आहे, जो प्रस्तुत पुस्तकाद्वारे आपल्याला समजून घ्यायचा आहे. सुरुवातीला मनुष्याचं मन यासाठी तयार होत नाही. तेव्हा त्याला सांगितलं जातं, 'आधी ज्या सवयी आणि विचार समर्पित करणं सहज शक्य आहे त्यांच्या समर्पणाने सुरुवात तरी कर.' मग हळूहळू त्याच्यातील कर्ताभाव आणि तुलनात्मक मनही समर्पित होतं आणि मग जे प्रकटतं ते गोपनीय ज्ञान!

गुढ आणि गोपनीय वाटणारी एखादी बाब कुणी सहज सुलभ करून लक्षात आणून दिली. सहजपणे तिचा बोध आपल्याला झाला तर अनायास आपल्या तोंडून उद्‌गार निघतो, ओह! आय सी! अस्सं होतं का!

...सरश्री

अध्याय ९

राज विद्याराजगुह्ययोग

|| अध्याय ९ - सूची ||

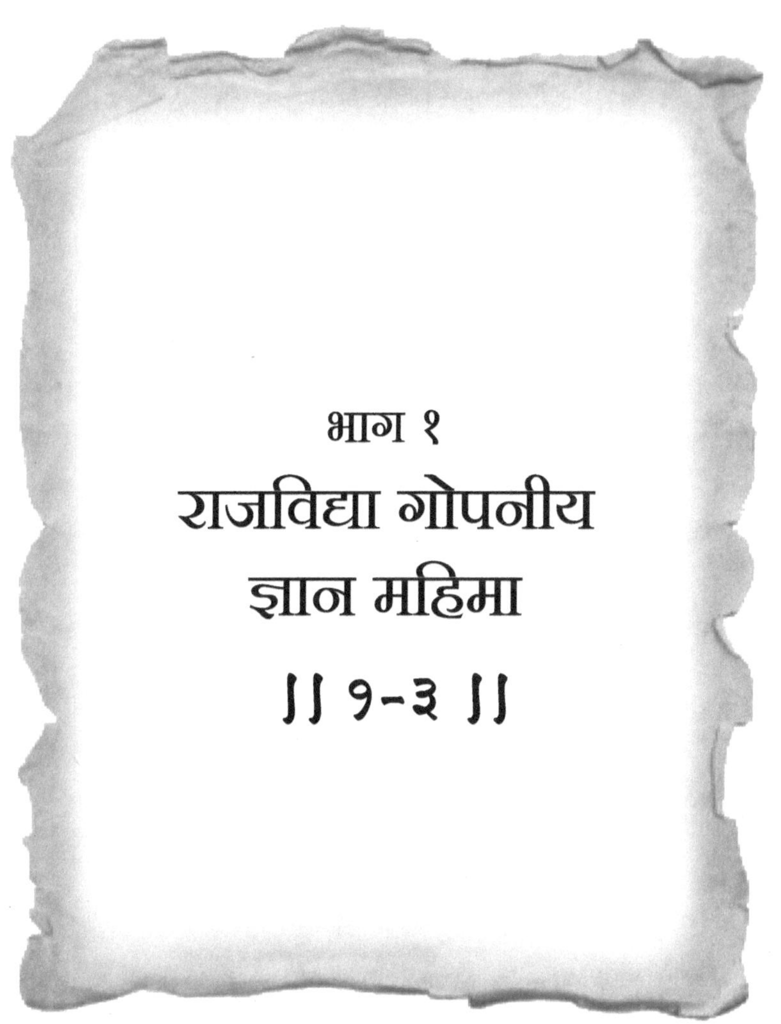

भाग १

राजविद्या गोपनीय ज्ञान महिमा

॥ १-३ ॥

अध्याय ९

इदं तु ते गुह्यतमं प्रवक्ष्याम्यनसूयवे । ज्ञानं विज्ञानसहितं यज्ज्ञात्वा मोक्ष्यसेऽशुभात् ।।१ ।।

राजविद्या राजगुह्यं पवित्रमिदमुत्तमम्। प्रत्यक्षावगमं धर्म्यं सुसुखं कर्तुमव्ययम् ।।२ ।।

अश्रद्दधानाः पुरुषा धर्मस्यास्य परन्तप। अप्राप्य मां निवर्तन्ते मृत्युसंसारवर्त्मनि ।।३।।

१

श्लोक अनुवाद : श्रीकृष्ण भगवान म्हणाले, हे अर्जुना! तू माझा कधीच मत्सर करीत नसल्याने मी तुला हे परमगोपनीय ज्ञान आणि त्याच्या अनुभूतीचे ज्ञान प्रदान करतोय. हे जाणल्याने तू भौतिक अस्तित्वातील सर्व दुःखातून मुक्त होशील.॥१॥

गीतार्थ : गीतेच्या पहिल्या अध्यायात श्रीकृष्णाने अर्जुनाची समस्या जाणली. तो स्वतःला मारणारा आणि समोर उपस्थित विरोधकांना मरणारे असं समजून आपलं कर्तव्य बजावत नव्हता, तर तो माघार घेत होता. मोहग्रस्त होऊन युद्धातून पलायन करत होता. म्हणूनच त्याला ज्ञान देण्यासाठी दुसरा अध्याय– सांख्ययोगात श्रीकृष्णांनी त्याला संपूर्ण तत्त्वज्ञान दिलं आणि सांगितलं, 'तू मरणारा किंवा मारणाराही नाहीस... तू तर अजर, अमर, अविनाशी चैतन्य आहेस. ही सृष्टी त्या चैतन्यानेच निर्माण केलेली रंगभूमी आहे. यामध्ये तू एखाद्या अभिनेत्याप्रमाणे आपली भूमिका जाणून, साक्षीभाव ठेवून, तटस्थतेनं ती पार पाड. यातच तुझं कल्याण आहे... यातच तुझी मुक्ती आहे. याशिवाय तुझ्या हातात अन्य काहीच नाही...'

हेच सत्य विविध प्रकारे समजावून सांगत असतानाच नववा अध्यायही आला परंतु अजूनही अर्जुनाने अद्याप शस्त्र उचललं नव्हतं. याचाच अर्थ, त्याला आणखी काहीतरी समजणं बाकी होतं. म्हणूनच अध्यायाच्या प्रारंभी श्रीकृष्ण अर्जुनाला दोष–दृष्टीरहित संबोधत आहेत. सुरुवातीचे आठ अध्याय ऐकून अर्जुनाचा अहंकार आणि दोषारोप करण्याचा दुर्गुण नष्ट झाला असेल असं समजून श्रीकृष्ण त्याला ज्ञान देत आहेत.

एखादा मनुष्य जेव्हा ज्ञानाच्या गोष्टी ऐकतो, तेव्हा दोष–दृष्टीमुळे त्यातही दोषच शोधत राहतो. ही बाब श्रीकृष्णांना चांगल्या प्रकारे ठाऊक होती. त्यामुळे या ज्ञानाचं ते महत्त्व अर्जुनाला वारंवार सांगत आहेत. जेणेकरून तुलना, मोजमाप, अहंकार यांत गुरफटलेल्या त्याच्या मनातील तो भाग प्रकाशित होऊन त्याला भक्तीची दिशा मिळावी आणि योग्य पद्धतीने त्याने ज्ञान ग्रहण करावं.

जसं, एकदा रुग्णाचा आजार बरा व्हावा म्हणून डॉक्टर पेशंटला औषध देऊन म्हणतात, 'हे औषध देव्हाऱ्यात ठेवून पूजा करण्यासाठी नाही तर ते घेऊन तुला स्वस्थ व्हायचं आहे. हे औषध खास तुझ्यासाठी खूप दुरून मागवलेलं आहे, त्यामुळे ते तू न विसरता घे.' पण हे ऐकणारा पेशंट जर दोष–दृष्टीचा असेल तर तो म्हणेल, 'हा डॉक्टर अहंकारी आहे, म्हणूनच मला एवढं शिकवत आहे.'

मात्र आजारातून लवकर सुटका होण्यासाठी डॉक्टरांना दोष न देता वेळेवर औषध घेणं महत्त्वाचं आहे, हे याप्रसंगी पेशंटला समजणं आवश्यक आहे. काही पेशंट रागवल्यावरच ऐकतात हे डॉक्टरांना योग्यप्रकारे माहीत असतं म्हणूनच ते अशी भूमिका बजावतात. अर्जुनाला संपूर्ण ज्ञान मिळावं म्हणून श्रीकृष्णदेखील सर्व प्रकारच्या भूमिका निभावत आहेत.

या अध्यायात ते अर्जुनाला पुन्हा तेच तत्त्वज्ञान सांगून ईश्वर, जीव आणि सृष्टी यांचं रहस्य त्याच्यासमोर उलगडत आहेत. याच रहस्याला या अध्यायात त्यांनी नवं नाव दिलं आहे आणि ते म्हणजे 'गुह्ययोग', गुप्तयोग. असं ज्ञान जे जवळपास गोपनीय आहे. हे गोपनीय ज्ञान प्राप्त केल्यानंतर अर्जुनाचा अहंकार पूर्णपणे नष्ट होईल, हे श्रीकृष्ण जाणत असतात.

अन्यथा अहंकार आणि दोषदृष्टीतून मुक्त न होणारे या अव्याहत दुःखाच्या चक्रात अडकतात. सद्गती प्राप्त न झालेला मनुष्य जन्म-मृत्यूच्या चक्रात फिरतच राहतो. ज्याप्रमाणे भगवान बुद्धांच्या उपदेशातील पहिलं आर्यसत्य आहे– 'दुःख.' अर्थात जेव्हा शरीराला इजा होते, तेव्हा तुम्हाला दुःख होतं. तसंच कुणाशी वादविवाद झाला तर मानसिक त्रासामुळेही आपल्याला दुःख होतं. शरीर आणि मन स्वस्थ असलं तरीही वाढत्या वयाबरोबर भविष्याच्या काळजीने मनुष्य दुःखी होतो. अशा अवस्थेत नवव्या अध्यायात दुःखमुक्तीसाठी श्रीकृष्ण अर्जुनाला परम गोपनीय ज्ञान देत आहेत.

श्रीकृष्ण म्हणतात, 'हे ज्ञान प्राप्त करून तो सुखदुःखाच्या सांसारिक चक्रातून मुक्त होईल. येथे सांसारिक मुक्तीचा अर्थ पृथ्वीवरील जीवनाच्या समाप्तीशी निगडित नाही. तर ज्या दृष्टिकोनातून पाहिल्याने त्याला जीवनात दुःख जाणवतं, ती त्याची अहंकारयुक्त दृष्टीच नाहीशी होईल. या ज्ञानामुळे त्याला अशी समज, अशी विचारधारणा आणि अशी दृष्टी मिळेल, जेथून पाहिल्यावर त्याला सर्वदूर, जळीस्थळी परमेश्वरच दिसेल. मग त्यानंतर केवळ आनंदच उरेल...'

२

श्लोक अनुवाद : सर्व गोपनीय ज्ञानात असे हे ज्ञान म्हणजे सर्व ज्ञानांचा राजा आहे. ते अत्यंत पवित्र असून अतिशय उत्तम, प्रत्यक्ष फळ देणारं, धर्माने परिपूर्ण असं

आहे. हे ज्ञान अविनाशी आणि आचरण करण्यास अत्यंत सुखकारक आहे.॥२॥

गीतार्थ : या गोपनीय ज्ञानाचं माहात्म्य सांगताना श्रीकृष्ण म्हणतात, हे विज्ञानासहित ज्ञान सर्व ज्ञान, कला आणि विद्या यांचा राजा आहे म्हणजेच सर्वोत्तम आहे. जगात या तत्त्वज्ञानाच्या (सांख्यज्ञान, आत्मज्ञान, अंतिम सत्य) व्यतिरिक्त ज्या ज्या कला, ज्ञान, विज्ञान किंवा विद्या वगैरे आहेत, त्या सर्व विज्ञानात समाविष्ट होतात. म्हणून हे गोपनीय ज्ञानच वास्तविक खरं ज्ञान आहे. याला अतिपवित्र, अत्युत्तम, प्रत्यक्ष फळ देणारं आणि धर्मयुक्त म्हटलं जात.

मात्र फळ म्हणताच कुणीही असा विचार करू नये, की हे साध्य केल्यावर धन, वैभव, सिद्धी, प्रसिद्धी यांसारखं एखादं प्रापंचिक फळ मिळेल. हे साध्य केल्यावर या प्रलोभनांची गरजच उरणार नाही. मनुष्य अशा प्रेम, आनंद आणि मौन या सर्वोच्च अवस्थेत राहील, की हे आकर्षण त्याला निकृष्ट आणि निरुपयोगी वाटू लागेल.

यासोबतच श्रीकृष्ण या ज्ञानाला अति पवित्र म्हणत आहेत, कारण यात सुख आणि दुःख दोहोंची जराही भेसळ नाही. शरीर, मन, बुद्धी, विकार इत्यादींच्या पलीकडे जाऊन मनुष्य स्वानुभूतीच्या अवस्थेत स्थापित होतो, तेव्हाच हे ज्ञान प्रकट होतं. याचं पावित्र्य सांगताना 'अति' शब्द जोडला आहे. कारण यात कोणतंही मिश्रण नाही.

श्रीकृष्ण म्हणतात, 'हे ज्ञान सहजसाध्य आहे. ज्यांनी हे ज्ञान समजून घेऊन आपल्या जीवनात आत्मसात केलं त्यांच्यासाठी अत्यंत सहजसाध्य, सुलभ असंच आहे. परंतु जो आपल्या आंतरिक 'मी'ला सोडायला तयार होत नाही, त्याच्यासाठी हे निश्चितच कठीण आहे!

श्रीकृष्ण या ज्ञानाला अविनाशीही म्हणतात. अविनाशी याचा अर्थ कधीही नष्ट न होणारं. जगात कितीतरी कला, विद्या काळाच्या ओघात नष्ट होतात, हे तुम्ही पाहिलंच असेल. विज्ञानसुद्धा त्याचे सिद्धान्त बदलतं. परंतु तत्त्वज्ञानाचं हे सत्य इतकं शाश्वत आहे, की ते बदलताही येत नाही किंवा चुकीचं आहे असंही सिद्ध करता येत नाही. हे केवळ अनुभवानेच जाणता येऊ शकतं. जसं कबिरांनी म्हटलं आहे, 'जिन ढुँढे तिन पाइया' म्हणजेच ज्याने पूर्णतः समर्पित होऊन शोध घेतला त्यानेच हा अनुभव प्राप्त केला.

३

श्लोक अनुवाद : हे परंतप अर्जुना! ज्यांची या भक्ती मार्गावर श्रद्धा नाही त्यांना माझी प्राप्ती होऊ शकत नाही म्हणून या भौतिक जगतामध्ये जन्म-मृत्यूच्या मार्गावर त्यांचे पुनरागमन होते.॥३॥

गीतार्थ : श्रीकृष्ण म्हणतात, 'ज्याची या सत्यावर श्रद्धा नसते, जो हे सत्य मानत नाही, तो माझ्यापर्यंत पोहोचूच शकत नाही. याशिवाय जो फक्त स्वतःच्या फायद्यासाठी उपासना करतो आणि सकाम भक्तीत मग्न असतो, तोदेखील मला (आत्मानुभव) प्राप्त करू शकत नाही. त्याचं संपूर्ण आयुष्य अज्ञानातच नष्ट होतं.

जो परमेश्वराला प्राप्त करू इच्छितो, पण त्याला योग्य मार्ग माहीत नसतो, तो इतर साधनसामग्री, उपाययोजना यांमध्येच गुंततो. उदाहरणार्थ, तंत्र, मंत्र, कर्मकांड वगैरे. तोदेखील आत्मानुभव प्राप्त करू शकत नाही.

अशा परिस्थितीत सत्य न जाणल्याने माणसाच्या अंतरंगातला 'मी' (अहंकार) कायम तसाच टिकून राहतो, ज्यायोगे तो आप-पर भाव मनात बाळगून सुखदुःखाच्या खेळात गुंतून पडतो. मग तो त्याच बौद्धिकतेनं सकाम कर्म करत राहतो आणि त्या कर्मबंधनात जखडला जातो. अशा प्रकारे संभ्रमित होऊन तो त्याच बंधनांमध्ये पृथ्वी जगतात (पार्ट वनमध्ये) आणि सूक्ष्म जगतात (पार्ट टूमध्ये) फेऱ्या मारत राहतो. आपला हिशेब पूर्ण करून त्यातून बाहेर पडून कधीही मुक्तीची अवस्था प्राप्त करू शकत नाही.

मुक्त होण्यासाठी एकच अट आहे, ते म्हणजे अहंकाराचं समर्पण! ईश्वराचं सत्यस्वरूप आणि त्याचं मूलतत्त्व जाणून घेऊन श्रद्धा व भक्ती यांच्या मार्गाने वाटचाल केली तरच असं घडणं शक्य आहे.

● मनन प्रश्न :

१. मुक्तीविषयी तुमच्या कोणत्या धारणा आहेत? या अध्यायातून तुम्हाला मुक्तीविषयी कोणती समज मिळाली?

२. तुम्ही ईश्वराची भक्ती कोणत्या भावनेतून करता? त्याला प्राप्त करण्यासाठी, की तुमच्या इच्छा पूर्ण होण्यासाठी?

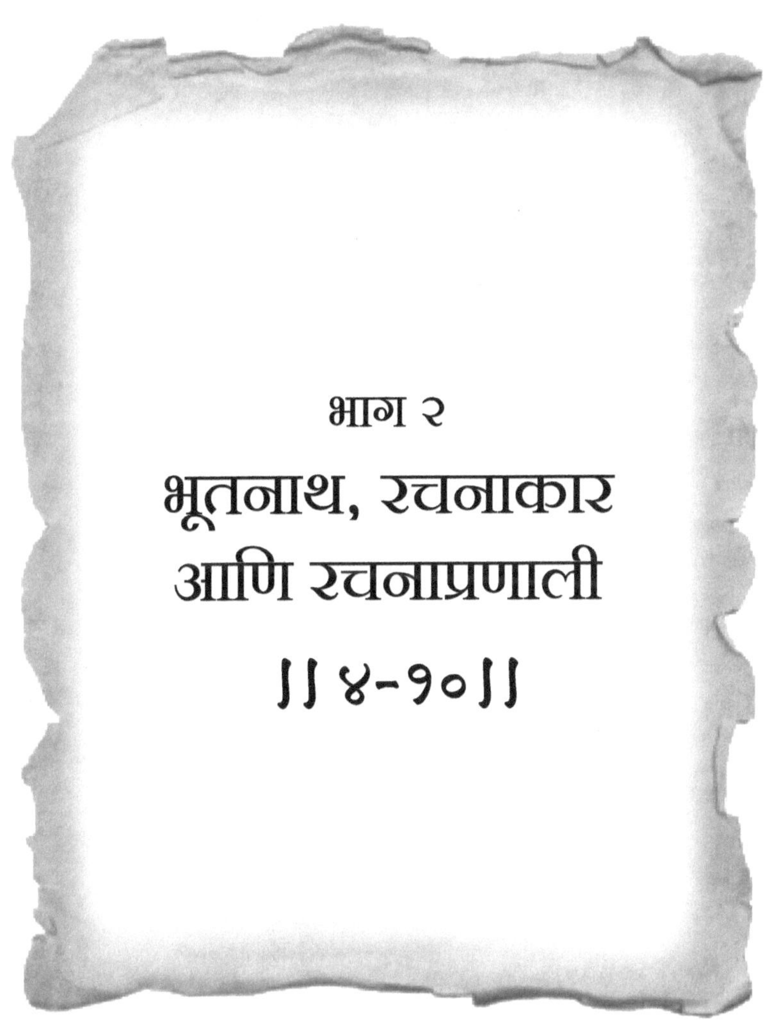
भाग २
भूतनाथ, रचनाकार
आणि रचनाप्रणाली
॥४-१०॥

अध्याय ९

मया ततमिदं सर्वं जगदव्यक्तमूर्तिना । मत्स्थानि सर्वभूतानि न चाहं तेषवस्थितः ।।४ ।।

न च मत्स्थानि भूतानि पश्य मे योगमैश्वरम्। भूतभृन्न च भूतस्थो ममात्मा भूतभावनः ।।५ ।।

यथाकाशस्थितो नित्यं वायुः सर्वत्रगो महान्। तथा सर्वाणि भूतानि मत्स्थानीत्युपधारय ।।६ ।।

सर्वभूतानि कौन्तेय प्रकृतिं यान्ति मामिकाम् । कल्पक्षये पुनस्तानि कल्पादौ विसृजाम्यहम् ।।७ ।।

प्रकृतिं स्वामवष्टभ्य विसृजामि पुनः पुनः । भूतग्राममिमं कृत्स्नमवशं प्रकृतेर्वशात् ।।८ ।।

न च मां तानि कर्माणि निबध्नन्ति धनञ्जय। उदासीनवदासीनमसक्तं तेषु कर्मसु।।९ ।।

मयाध्यक्षेण प्रकृतिः सूयते सचराचरम् । हेतुनानेन कौन्तेय जगद्विपरिवर्तते ।।१० ।।

४

श्लोक अनुवाद : हे अर्जुना! – मी माझ्या अव्यक्त रूपाद्वारे हे सर्व जग व्यापलं आहे. सर्व जीव माझ्या ठायी आहेत परंतु मी त्यांच्या ठायी नाही.।।४।।

गीतार्थ : भगवान श्रीकृष्ण आपला अव्यक्त स्वरूपाचा स्वभाव समजून सांगताना म्हणतात, 'ही जी सारी सृष्टी दिसते ती खरंतर माझाच विस्तार आहे. मी माझ्या मूळ अव्यक्त स्वरूपात संपूर्ण जगतात समाविष्ट आहे.

चैतन्य तत्त्वात हे जग म्हणजे जणू पाण्यात बर्फच आहे. ही सृष्टी जणू पाण्यावर तरंगणाऱ्या बर्फाच्या गोळ्यासारखीच आहे. बर्फसुद्धा पाणीच असून ज्यात तो तरंगतोय तेही पाणीच आहे. सृष्टीचा अर्थ आहे– पाण्यातच पाण्याचा आकार! खरंतर हे जग त्या ब्रह्मरूपी पाण्यात एका बर्फाच्या तुकड्यासारखं आहे. वास्तविक बर्फ पाण्याचाच बनत असला तरी पाण्याचे आणि बर्फाचे गुणधर्म भिन्न आहेत.

ही बाब आणखी एका उदाहरणावरून समजून घेऊ या. ज्याप्रमाणे समुद्रात लाटा उसळल्यावर पाण्यात फेस दृश्य रूपात दिसतो, परंतु त्या फेसात पाणी दिसत नाही. त्याचप्रमाणे ही साकार सृष्टी माझ्यातच सामावलेली दिसते, परंतु यात माझा निवास नसतो. अचेतन, निर्जीव गोष्टी चैतन्याच्या आधारेच प्रकट होतात, परंतु त्यात चैतन्य नसतं. चैतन्यामुळेच शरीर जिवंत असतं. परंतु शरीरात जर चैतन्य नसेल तर ते निव्वळ प्रेतासमान आहे.

मागील अध्यायात सांगितल्याप्रमाणे ब्रह्माच्या एका संकल्पातून संपूर्ण सृष्टीची निर्मिती झाली. म्हणूनच श्रीकृष्ण म्हणतात, 'सर्व भूत अर्थात नाशवंत जग माझ्यात संकल्प रूपात उपस्थित आहे, परंतु मी संकल्पात स्थित नाही. एखाद्याने आरशात स्वतःचं प्रतिबिंब पाहिलं तर त्याला माहीत असतं, की हे प्रतिबिंब केवळ आभास आहे. हा आभास माझ्यामुळे निर्माण झालाय पण तो आभास मात्र मी नाही.

सोप्या शब्दात सांगायचं झालं तर निराकार अविनाशी तत्त्वाद्वारे ज्या आकाराची आणि नाशवंत तत्त्वाची निर्मिती झाली, ती निव्वळ माया आहे, भ्रम

आहे पण वास्तव हे आहे, की भ्रमात सत्याचं अस्तित्वच नसतं. भ्रम केवळ परमात्म्याची लीला आहे, खेळ आहे...

५

श्लोक अनुवाद : तरीही सर्व सृष्ट पदार्थ माझ्यामध्ये स्थित नाहीत, माझं हे योग ऐश्वर्य पाहा! जरी सर्व जीवांचा पालनपोषणकर्ता आणि सर्वव्यापी मी असलो तरी या व्यक्त सृष्टीचा अंश मात्र नाही. मी स्वतःच सर्व सृष्टीचे उगमस्थान आहे.।।५।।

गीतार्थ : चौथ्या श्लोकात भगवान श्रीकृष्ण सांगतात, 'संपूर्ण चराचर सृष्टी त्यांच्यात सामावलेली आहे, परंतु ते त्या सृष्टीत समाविष्ट नाहीत.' हाच विषय विस्तारत ते पुढे म्हणतात, की भूतंसुद्धा माझ्यात उपस्थित नाहीत. हे ऐकताना तर खूपच विरोधाभास जाणवतो. परंतु मनन केल्यावर लक्षात येईल, की एकच गोष्ट वेगवेगळ्या दृष्टिकोनातून सांगितली जात आहे. श्रीकृष्ण म्हणतात, सर्व गोष्टी त्यांच्या आधारानेच टिकून असल्या तरी ते मात्र वेगळे आहेत. ते भौतिक जगापेक्षा वेगळे आहेत आणि भौतिक जगापासून वेगळे असले, तरीदेखील प्रत्येक गोष्ट त्यांच्यावरच अवलंबून आहे. यालाच ईश्वरीय योगशक्ती म्हटलं गेलं आहे.

सृष्टीद्वारे पंचमहाभूतांची निर्मिती, पालन आणि विनाश होतो. तसंच ही सृष्टी परमब्रह्माच्या आधारावरच चालली आहे. परंतु ब्रह्मांडाच्या अभिव्यक्तीपासून ब्रह्म मात्र पूर्णतः अलिप्त राहतो. ज्याप्रमाणे एखाद्या देशाच्या राष्ट्रपतीच्या हाती जरी सर्व सत्ता असली तरी राज्यकारभार सुरळीत चालण्यासाठी विविध विभाग तयार करून त्यांची जबाबदारी स्वतंत्रपणे मंत्र्यांवर सोपवली जाते. सर्व काम मंत्र्यांद्वारे केलं जात असलं तरीही मुख्य नियंत्रक मात्र राष्ट्रपतीच असतात. एकदा काम सोपवून दिलं, की राष्ट्रपती त्यांच्या कामात ढवळाढवळ करत नाहीत.

स्वप्नाच्या उदाहरणावरून पुन्हा हे स्पष्टपणे समजून घेऊ या. स्वप्न आपल्या मनातूनच निर्माण होतं. शिवाय ते आपल्याला अगदी खरं वाटत असतं. जोपर्यंत स्वप्नाविषयी शंका निर्माण होत नाही, तोपर्यंत ते तसंच सुरू राहतं. स्वप्नात निर्माण झालेली सर्व भुतं (वस्तू, पात्र, घटना) खरंतर मनातूनच (मायेतूनच) निर्माण झालेली असतात. परंतु मनाचा स्वामी त्या भुतांमध्ये नसतो. मन भ्रमित झाल्यावरच स्वप्नं पडतात. स्वप्न संपताच ती सर्व भुतं पुन्हा मनात विलीन होतात. स्वप्नातील जग ज्या मनाने उभं केलं, ते मन आणि स्वप्न पाहणारा साक्षीसुद्धा स्वप्नात नसतो. पण तरीही खेळ सुरू असतो. हे आश्चर्यच नव्हे का! अशाच प्रकारे ब्रह्मसुद्धा जगतरूपी स्वप्नांचा खेळ खेळतोय. एक मोठं स्वप्न! पण तो त्यातूनही बाहेर आहे. याला असंही म्हणता येईल, 'झोप म्हणजे अल्पकालीन मृत्यू आणि मृत्यू म्हणजे दीर्घकालीन झोप.'

६

श्लोक अनुवाद : ज्याप्रमाणे सर्वत्र वाहणारा बलशाली वायू सदैव आकाशामध्येच स्थित असतो, त्याचप्रमाणे सर्व सृष्ट प्राणी माझ्यामध्येच स्थित असल्याचे तू जाण.॥६॥

गीतार्थ : अशा एखाद्या वस्तूची कल्पना करणं कठीण आहे, जी सर्वव्यापी आहे. ज्यात सर्व वस्तू समाविष्ट असल्या, तरीही ती सर्व वस्तूंच्या गुण-दोषांपासून अलिप्त आहे. जसं, दगडाच्या भिंती असलेल्या कारागृहात एखाद्याचं शरीर बंदिस्त असलं तरी त्याचे विचार मात्र त्याच्या आप्तस्वकीयांपर्यंत पोहोचवण्याकरिता स्वतंत्र असतात. स्थूल दगडाच्या भिंती सूक्ष्म विचारांचं उड्डाण रोखू शकत नाहीत. त्याचप्रमाणे या देह, मन आणि बुद्धी यांच्या भिंती त्या परब्रह्माला बांधून ठेवू शकत नाहीत. देह, मन व बुद्धी यांच्या काही मर्यादा आहेत. मात्र त्यांच्यातील चैतन्य हे अमर्याद आहे. भौतिक तत्त्व चैतन्यापासून बनलं असलं तरी चैतन्य त्यात समाविष्ट नसतं.

प्रस्तुत श्लोकात आकाश आणि वायू यांच्या उदाहरणाद्वारे श्रीकृष्ण म्हणतात, वायू शक्तिशाली असूनदेखील आकाशाच्या अंतर्गतच असतो, तो आकाशाच्या पलीकडे नसतो. वायूच्या गतीने प्रत्येक वस्तू गतिमान होत असली तरीही आकाश गतिमान होत नाही. कारण आकाश वायूच्या सर्व गुणधर्मांपासून मुक्त असतं. चंचल वायू आणि आकाश यांच्यात जो संबंध आहे, अगदी तसाच संबंध माझ्यात आणि सर्व भूतं यांमध्ये आहे.

आकाश म्हणजे अवकाश... स्पेस... वायू आकाशात असला तरी आकाशात अवकाश कायम असतं. तो आकाश भरू शकत नाही. आकाश कधीही भरलं जाऊ शकत नाही. समजा, टेबलावर एक खोकं ठेवलं आहे, तेव्हा ते खोकं काय टेबलावरचं अवकाश व्यापतं का? नाही. कारण तसं दिसणं निव्वळ भ्रम आहे. आकाशाने खोकं धरून ठेवलंय, आपल्यात सामावून घेतलंय का? नाही... खोक्याने टेबलावरचं अवकाश व्यापलं नाही किंवा अवकाशानेही खोक्याला जखडून ठेवलं नाही.

जसं, आकाशात कोणतीही वस्तू ठेवली तरीही अवकाश, स्पेस कायम राहते. कोणतीही गोष्ट शून्याला स्पर्श करू शकत नाही. मात्र शून्यात निश्चितपणे राहू शकते. सृष्टी निर्माण झाली, टिकली किंवा मिटली तरीही चैतन्यावर त्याचा काहीही परिणाम होत नाही. अशा प्रकारे सर्व भूतं बीजावस्थेत (संकल्प अवस्थेत) परमचैतन्यात समाविष्ट असूनही तो त्यांच्या प्रकट भौतिक अवस्थेपासून दूर असतो.

७

श्लोक अनुवाद : हे कौंतेया! कल्पाच्या अंती सर्व भौतिक अभिव्यक्ती माझ्या प्रकृतीमध्ये प्रवेश करतात आणि नव्या कल्पाच्या आरंभी त्या माझ्या शक्तीद्वारे पुन्हा मी निर्माण करतो.।।७।।

गीतार्थ : संपूर्ण सृष्टीची उत्पत्ती आणि प्रलय यांचं चक्र पुन्हा समजवताना

श्रीकृष्ण म्हणतात, 'हे कुंतीपुत्र अर्जुना, माझ्या 'परा' आणि 'अपरा' प्रकृतींबद्दल मी आधीच सांगितलं आहे. माझ्या अपरा प्रकृतीचा अर्थात स्थूल आणि सूक्ष्म जगताचा कालावधी मर्यादित असतो. ती कल्पांच्या चक्ररूपात प्रकट होते. ब्रह्माच्या एका दिवसाला कल्प संबोधलं जातं. एक कल्प किती कोटी वर्षांइतकं असतं, यात जीव आपलं बाह्य आवरण (स्थूल शरीर) कितीतरी वेळा बदलतो. हे मागील अध्यायात स्पष्ट केलं आहे. अशा दीर्घ कल्पाच्या शेवटी प्रकृतीतून उत्पन्न झालेले समस्त भूत प्रकृतीतच विलीन होतात. हा कालावधी म्हणजे ब्रह्माची रात्र असते. नंतर नव्या कल्पाच्या प्रारंभी पुन्हा नवीन सृष्टी उत्पन्न होते.

आता माणसाच्या मनात असा विचार येऊ शकतो, की कल्पाच्या शेवटी सर्वांना जर ब्रह्मातच विलीन व्हायचं आहे, तर निरंतर कठीण सेवा, साधना आणि उपासना यांची काय आवश्यकता आहे? परंतु तुम्ही जाणता, एका कल्पाचा कालावधी इतका प्रदीर्घ असतो, की तो तुमच्या कल्पनेच्या पलीकडे आहे. मग जी गोष्ट याच जीवनकाळात शक्य आहे तिच्यासाठी तुम्ही इतका दीर्घकाळ वस्त्रं बदलत, वृत्ती आणि विकार यांमध्येच जगत राहणार का? महत्त्वाचं म्हणजे हा प्रकार इथेच संपत नाही. तर या जीवनात जर तुम्ही राग, द्वेष वगैरे विकारांतून मुक्त होऊ शकला नाही तर कल्पाच्या शेवटी तर दुःख भोगणारच. शिवाय नव्या कल्पाच्या सुरुवातीला पुन्हा राग, द्वेष यांचे बळी ठराल. या चक्राला अंतच नाही.

हीच गोष्ट पृथ्वीवरील दिवस-रात्रीच्या उदाहरणावरूनही समजू शकेल. मनुष्य दिवसभर ज्या राग-द्वेषात घुसमटत असतो, त्याच वृत्ती रात्री झोपून सकाळी उठल्यावरही त्याच्यात पुन्हा जागृत होतात. मात्र त्याने झोपण्यापूर्वी जर क्षमाप्रार्थना केली, कृतज्ञतेचे आणि धन्यवादाचे भाव मनात निर्माण केले तर सकाळी उठल्यावर एका नव्या दिवसाची सुरुवात होऊ शकते. तो दिवस आधीच्या दिवसाच्या प्रवृत्तींपासून पूर्णपणे मुक्त असेल. अन्यथा दररोज मुक्तीची संधी मिळूनही मनुष्य ती वाया घालवतो. म्हणूनच

म्हटलं आहे, मुक्ती फार दूर नाही, जन्म-जन्मांतरीची बाब नाही, तर ती 'आता आणि येथेच' आहे.

८

श्लोक अनुवाद : संपूर्ण भौतिक सृष्टी माझ्या अधीन आहे. माझ्या इच्छेनेच ती पुनःपुन्हा व्यक्त होते आणि माझ्या इच्छेनेच शेवटी तिचा प्रलय होतो.॥८॥

गीतार्थ : इथे जीवात्म्यांचं पुनःपुन्हा प्रकटण्याचं रहस्य सांगताना श्रीकृष्ण म्हणतात, 'प्रकृतीला वश करून, तिला चैतन्यमय करून, स्वभाववश पराधीन झालेल्या या सर्व जीवसृष्टीची मी वारंवार पुनर्रचना करतो. अशा प्रकारे प्रत्येक जीव आपल्या प्रकृतीशी बद्ध असतो.

एक दुर्जन आणि एक सज्जन जेव्हा गाढ झोपेत असतात, तेव्हा दोघेही समान असतात. कारण झोपेत त्यांचं मनाशी आणि बुद्धीशी असलेलं तादात्म्य खंडित झालेलं असतं. मात्र जागृत अवस्थेत दोन्ही आपापल्या स्वभावानुरूप वर्तन करतात. वास्तविक दोघांमध्ये एकच चैतन्य अस्तित्वात असतं. तरी दुर्जन सज्जनासारखा व्यवहार करू शकत नाही आणि सज्जन दुर्जनासारखं वागू शकत नाही. यालाच प्रकृतीच्या अधीन असणं असं म्हणतात.

चंचलपणा हा मनाचा स्वभाव आहे. या चंचलतेमुळे मन अनेक अनुभव घेऊन ते बुद्धीत साठवून ठेवतं. मग पुन्हा तेच संस्कार बीजाप्रमाणे वारंवार वर येतात. पुनःपुन्हा तेच विषय उत्पन्न करतात. उदाहरणार्थ, तुम्ही घरातून निघता तेव्हा तुम्हाला जर फळांचं दुकान दिसलं तर तुमच्या आवडीच्या फ्रूट सॅलडची आठवण होते. मग तोंडाला पाणी सुटतं आणि उद्या नक्कीच खायला हवं असं वाटतं. पुढे गेल्यावर तुम्हाला एखाद्या दुकानात छानसा ड्रेस दिसला तर तुमच्या मैत्रिणीच्या ड्रेसची आठवण येते. तुमचा शेजारी जर समोरून गेला तर त्याच्या वाईट व्यवहाराची लगेच आठवण येते. अशा

प्रकारे मनात पूर्वस्मृतींचेच विचार सुरू असतात, ज्याच्यावर मनाचा पगडा असतो. मनुष्य त्याच्या संस्काराचा, स्वभावाचा आणि विचारांचा गुलाम असल्याने मन निर्मित दुनियेत, त्याच्या प्रभावाखालीच तो फेरफटका मारत राहतो. भगवान श्रीकृष्ण म्हणतात, जीव प्रकृतीच्या प्रभावाखाली पुनःपुन्हा तेच ते कर्म करतो. मग त्यातून मिळणारं क्षणिक सुख उपभोगतो आणि ते कायम मिळावं, अशी इच्छा बाळगतो. या वासनापूर्तीसाठीच मी त्याला नवं शरीर बहाल करतो.

अशा प्रकारे भूत समुदायाच्या निर्मितीचं आणि प्रलयाचं हे संपूर्ण नाटक अपरिवर्तनशील अक्षर चैतन्याच्या रंगभूमीवर खेळलं जातं.

९

श्लोक अनुवाद : हे धनंजया! ही सर्व कर्मं मला बद्ध करू शकत नाही. त्यामुळेच एखाद्या तटस्थाप्रमाणे मी या सर्व भौतिक कर्मांपासून अनासक्त असतो.॥९॥

गीतार्थ : कर्मबंधन कशा प्रकारे बनत नाही, या संदर्भात गोपनीय ज्ञान देताना भगवान श्रीकृष्ण म्हणतात, 'माझ्याकडून कोणतंही कर्म झालं तरीही त्यात माझी आसक्ती नसते. त्यामुळे ते मला बांधून ठेवत नाही. सृष्टीची निर्मिती हेसुद्धा एक कर्मच आहे. माझ्या विविध शक्तींद्वारे तिची रचना होते. मी केवळ निरपेक्ष द्रष्टा आहे. मी जगात चांगलं-वाईट असा भेदभाव करत नाही. माझ्यासाठी सर्व समान आहे. मी या कर्मांविषयी उदासीन आहे. सृष्टी निर्माण होवो अथवा नष्ट होवो, प्रकृती आपलं कार्य करतच असते.

तुम्ही जर एखादं कार्य केलं तर तुम्ही अभिमानाने सांगता, 'मी त्या टेकडीवर चढून आलो... मी अमुक पुस्तकं वाचली आहेत... मी परीक्षेत चांगल्या गुणांनी उत्तीर्ण झालो... मी मोठ्या मेहनतीने कंपनीला नफा मिळवून दिला... वगैरे. परंतु मी दिवसभरातून चाळीस हजार वेळा श्वास घेतला

किंवा वीस हजार वेळा पापण्यांची उघडझाप केली, असं तुम्ही कधीच म्हणत नाही. श्वास घेण्याचा किंवा पापण्या उघडझाप करण्याचा अभिमान कुणीही बाळगत नाही. कारण या दोन्हीही केवळ क्रिया आहेत. त्याचप्रमाणे सृष्टी निर्माण होणं आणि नष्ट होणं या परमेश्वराच्या क्रिया आहेत, कर्म नाही. हा प्रक्रियेचा, हॅपनिंगचा भाग आहे. शिवाय ईश्वर केवळ याचा साक्षी आहे.

सकाम आणि निष्काम कर्म स्पष्ट करताना श्रीकृष्ण म्हणतात, 'अहंकार आणि स्वार्थ यांनी प्रेरित होऊन केलेलं कर्म बंधन निर्माण करतं. मात्र निःस्वार्थ भावनेने केलेलं कर्म कधीही बंधन निर्माण करत नाही. उदाहरणार्थ, एखाद्या कृतघ्न मुलाने वडिलांना लाथा मारून त्रास देणं आणि एखाद्या निरागस बाळाने खेळात मग्न होत आपले नाजूक इवले पाय पित्याला मारणं. वास्तविक दोघेही पाय मारत आहेत. परंतु त्यांचा हेतू पूर्णतः भिन्न आहे. अहंकार आणि स्वार्थ यांनी प्रेरित होऊन केलेल्या कर्मांमुळे दुःखद वासना निर्माण होतात. प्रकृतीत चैतन्य निर्माण करून भूत समुदायाची पुनःपुन्हा रचना करण्यात परमचैतन्याला जराही राग किंवा द्वेष नाही. म्हणूनच सृष्टी चालवण्याचं कर्म त्याला बंधन ठरत नाही.

या भौतिक जगात जे काही घडतंय, मग ती हत्या असो, की प्राणत्याग! त्याच्याच उपस्थितीत सर्व घडतंय, जसं सूर्य उगवल्यानंतर लोक झोपेतून उठतात, फुलं फुलतात, यात सूर्याचा काहीही संबंध नसतो. पण त्याच्या उपस्थितीतच या घटना घडतात. शुद्ध चैतन्य सर्वच प्रकारच्या वासनांना व्यक्त होण्याची शक्ती प्रदान करत असतं. मग त्या वासना त्रासासाठी असोत की गौरवप्राप्तीसाठी. त्यामुळे काहीही फरक पडत नाही. सर्वच कार्यात अनासक्त असल्याने हे कर्मही परमात्म्याला बंधनकारक ठरत नाही.

१०

श्लोक अनुवाद : हे कौंतेया! माझ्या, अनेक शक्तींपैकी एक असणारी ही

भौतिक प्रकृती माझ्या अध्यक्षतेखाली कार्य करत आहे. सर्व चराचर प्राण्यांची ती निर्मिती करते. तिच्या नियंत्रणाखालीच या सृष्टीची वारंवार उत्पत्ती आणि संहार होतो.।।१०।।

गीतार्थ : हा विषय समजून घेणं कठीण असल्याने श्रीकृष्ण पुनःपुन्हा तीच गोष्ट पटवून देत आहेत. ते म्हणतात, 'ही सर्व चराचर भौतिक सृष्टी माझ्या अध्यक्षतेखाली कार्य करते. माझ्या व्यवस्थापनाद्वारे ही सृष्टी वारंवार निर्माण होऊन विनाश पावते. अशा प्रकारे विश्वाचं हे चक्र अव्याहतपणे सुरूच राहतं.

हे अर्जुना, माझ्या अध्यक्षतेखाली हे जग सुरू असूनही मी मात्र सर्व कार्यांपासून अलिप्त आहे. संपूर्ण जगाची व्यवस्था प्रकृतीद्वारेच केली जाते.

एकदा एक व्यावसायिक साम्राज्याचा प्रमुख आपल्या मुख्य कार्यकारी अधिकाऱ्याला सांगतो, की मला आधुनिक तंत्रज्ञानयुक्त सुसज्ज असं सभागृह बनवायचं आहे. जेथे बसून मला देश-विदेशातील उद्योगपतींसोबत व्हीडीओ कॉन्फरन्स करता येऊ शकेल. त्यानंतर मुख्य कार्यकारी अधिकारी वास्तू रचनाकारांच्या समितीच्या सहकार्याने हे काम पूर्ण करायला मी सुरुवात करतो. मग कंपनीचे सर्व कर्मचारी त्याला सहकार्य करतात आणि शेवटी मालकाची इच्छा पूर्ण होते. या उदाहरणात कंपनीच्या मालकाने स्वतः काहीच केलं नाही. केवळ त्याने आपली इच्छा व्यक्त करून आवश्यक त्या सर्व गोष्टींना परवानगी दिली. याचाच अर्थ, मुख्य कार्यकारी अधिकारी एक सामान्य मनुष्य असता तर तो हे कार्य निश्चितच करू शकला नसता. पण मुख्य कार्यकारी अधिकारी या नात्याने तो महत्त्वाचा दुवा होता. शिवाय लोकांना हे ठाऊक होतं, की त्याने सांगितलेलं काम ही मालकाची स्वतःची इच्छा आहे. त्यामुळे प्रत्येकाने त्यांना सहकार्य केलं.

प्रत्यक्षात अगदी असाच समन्वय संबंध परमचैतन्य, नियती आणि त्यांची शक्ती यांच्यात आहे. परमचैतन्याचा एक संकल्प सृष्टीच्या

निर्मितीसाठी पुरेसा ठरतो. मग नियती संपूर्ण शक्तिनिशी तो पूर्ण करते. मात्र परमचेतना जगापासून अलिप्तच राहते.

● मनन प्रश्न :

१. सृष्टी आणि चेतना यांच्यात असलेल्या संबंधाविषयी मनन करा.

२. तुमच्या शरीराच्या कोणकोणत्या क्रियेत तुम्हाला कर्ताभाव जाणवत नाही आणि कोणकोणत्या क्रियेत जाणवतो? यावर मनन करा.

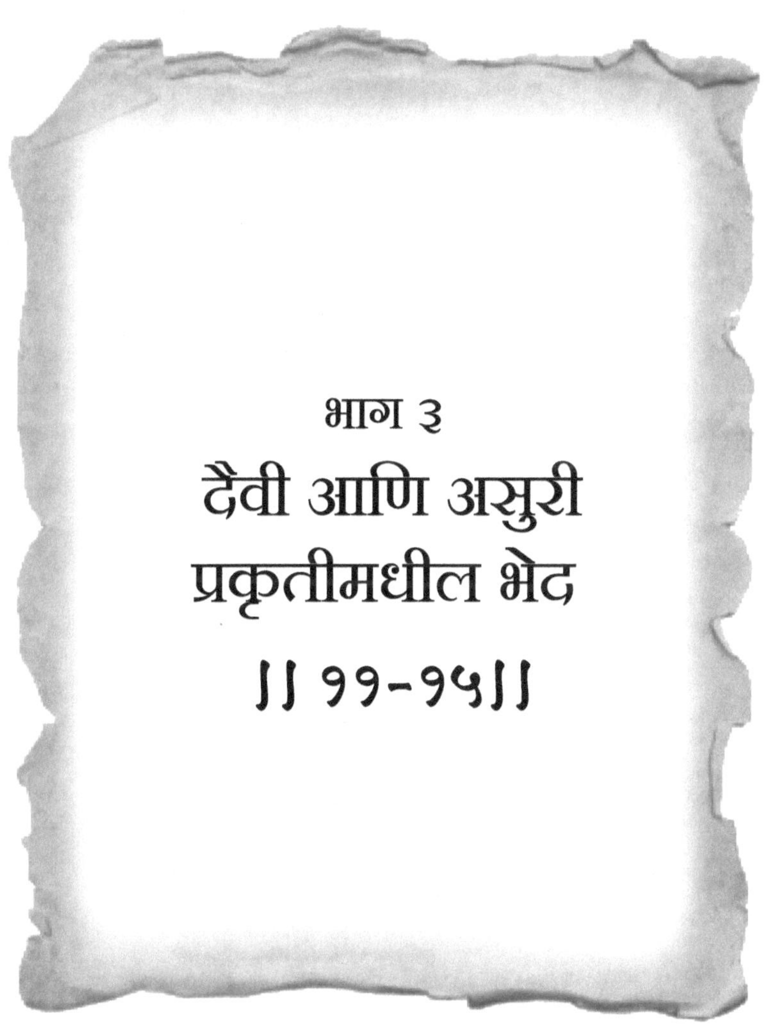

भाग ३

दैवी आणि असुरी प्रकृतीमधील भेद

।। ११-१५।।

अध्याय ९

अवजानन्ति मां मूढा मानुषीं तनुमाश्रितम्। परं भावमजानन्तो मम भूतमहेश्वरम् ।।११ ।।

मोघाशा मोघकर्माणो मोघज्ञाना विचेतसः । राक्षसीमासुरीं चैव प्रकृतिं मोहिनीं श्रिताः ।।१२ ।।

महात्मानस्तु मां पार्थ दैवीं प्रकृतिमाश्रिताः । भजन्त्यनन्यमनसो ज्ञात्वा भूतादिमव्ययम् ।।१३ ।।

सततं कीर्तयन्तो मां यतन्तश्च दृढ़व्रताः । नमस्यन्तश्च मां भक्त्या नित्ययुक्ता उपासते ।।१४ ।।

ज्ञानयज्ञेन चाप्यन्ते यजन्तो मामुपासते। एकत्वेन पृथक्त्वेन बहुधा विश्वतोमुखम्।।१५ ।।

११

श्लोक अनुवाद : जेव्हा मी मानवसदृश रूपामध्ये अवतीर्ण होतो, तेव्हा मूर्ख लोक माझा उपहास करतात. अस्तित्वातील सर्व वस्तूंचा परम अधीश्वर म्हणून माझे दिव्य स्वरूप ते जाणत नाहीत.।।११।।

गीतार्थ : प्रस्तुत श्लोकात भगवान श्रीकृष्ण स्वतःविषयीचं रहस्य उलगडताना म्हणतात, की लोक अज्ञानवश मला केवळ मानव समजतात. ते माझ्यातील ब्रह्मचैतन्य पाहू शकत नाहीत. अज्ञानामुळे लोक मूळ तत्त्व सोडून रूपालाच महत्त्व देत राहतात. माझं खरं रूप न समजल्याने मला देहातच स्थित समजतात. मूर्तीला ईश्वर समजणं हेसुद्धा या प्रकारचंच अज्ञान आहे. मूर्ती हे परमात्म्याचं केवळ प्रतीक आहे, परमात्म्याला समजण्याचं केवळ साधन आहे. त्यालाच परमात्मा समजणं म्हणजे साधनालाच साध्य समजण्यासारखं आहे. जसं, तहान लागल्यावर केवळ पाण्याची बाटली हातात घेऊन तहान भागत नाही, पाणी प्यावंच लागतं. भूक लागल्यावर पक्वान्नांचं ताट पाहून भूक भागत नाही तर भोजन करावंच लागतं. त्याचप्रमाणे सत्याची आस फक्त मूर्तिपूजेने पूर्ण होत नाही, तर त्यासाठी सत्याचा अनुभव घ्यावा लागतो.

कृष्णचेतना ही तर सर्व चराचरात तिच्या विस्तारित रूपात समाविष्ट आहे. परंतु मनुष्य त्यापासून अनभिज्ञ राहून स्वतःला व्यक्ती (स्वतंत्र अस्तित्व) मानत राहतो. तो नेहमी 'मी व्यक्ती आणि तो ईश्वर' या द्वैत भावनेत जगत असतो. मंदिरातील पूजा-अर्चेकडे खूप लक्ष देतो, परंतु अन्य जीवांचा सन्मान करत नाही. असं करणं म्हणजे प्रत्यक्षात कृष्णाचीच उपेक्षा करण्यासारखं आहे.

खरंतर कृष्ण परमात्म्याच्या रूपात प्रत्येकाच्या हृदयात विराजमान आहे ही गोष्ट प्रत्येक भक्ताने समजून घेणं आवश्यक आहे. वास्तवात प्रत्येक मनुष्य हा परमेश्वराचं निवासस्थान आहे, मंदिर आहे. येथे भगवान कृष्णांना हेच सांगायचं आहे, की लोकांकडे केवळ बाह्यरूप अथवा स्थूलमानाने न पाहता त्यांच्यात दडलेली श्रीकृष्ण चेतना ओळखायला हवी.

स्वतःला आणि इतरांनाही शरीर मानण्याचं विपरीत ज्ञान, वास्तव ज्ञानाला

अंधारात ठेवतं, म्हणूनच खरं ज्ञान दृष्टिपथात येऊ शकत नाही.

१२

श्लोक अनुवाद : याप्रमाणे जे मोहित झालेले असतात, ते राक्षसी आणि नास्तिकवादी मतांकडे आकर्षित होतात. अशा मोहित अवस्थेमध्ये, त्यांची मुक्तीची आशा, त्यांची सकाम कर्मे आणि त्यांचं ज्ञान हे सर्व निष्फळ ठरतं.॥१२॥

गीतार्थ : इथे श्रीकृष्ण सांगतात, की मोहमायेत अडकलेल्या मनुष्याची कामना (आशा), कर्म आणि ज्ञान या तीनही गोष्टी व्यर्थ असतात. असे अज्ञानी लोक राक्षसी, असुरी आणि मोहिनी प्रवृत्तींनी संमोहित झालेले असतात.

व्यर्थ आशा- जे लोक स्वतःला शरीर समजून प्रापंचिक भोग-विलासात गुंतलेले आहेत, त्यांच्या सर्व कामना व्यर्थ असतात. नाशवंत, परिवर्तनशील वस्तूंच्या कामना पूर्ण झाल्या नाही तर मनुष्य दुःखी होतो. शिवाय पूर्ण झाल्या तर पुन्हा नवीन कामना जागृत होऊन तो लोभ आणि लालसा यांच्या चक्रात फसत जातो. अशा प्रकारे हे चक्र सातत्याने सुरूच असतं आणि या नादात मनुष्याचा अनमोल जन्म पूर्णपणे व्यर्थ जातो.

व्यर्थ कर्म- आपल्या इच्छापूर्तीसाठी सकाम भावनेने शास्त्रमान्य कितीही कर्मं केली तरीही ती व्यर्थच ठरतात. सकाम भावनेने केलेला यज्ञ, दान वगैरे कर्मांनी मनुष्य सिद्धी प्राप्त करू शकतो, चेतनेच्या उच्च स्तरावर जाऊ शकतो. पण त्यात पतन होण्याची शक्यताही तितकीच दाट असते. कारण तिथे सर्व गोष्टी ईश्वराच्या इच्छेसाठी नव्हे तर अहंकाराच्या पुष्टीसाठी सुरू असतात.

व्यर्थ ज्ञान- आपलं सत्य स्वरूप न जाणता मनुष्य कितीही भाषा शिकला, सर्व प्रकारच्या लिपी शिकला, नानाविध कलांमध्ये पारंगत झाला, वैज्ञानिक शोध लावले तरीही त्याचं कल्याण होणार नाही. ज्ञान प्राप्त केल्यावर त्याचा

अहंकार नष्ट होण्याऐवजी तो वाढतच जातो, म्हणून तुमचा अहंकार वाढवून तुम्हाला ईश्वरापासून दूर करणारं ज्ञान व्यर्थ होय. व्यर्थ ज्ञानाच्या बाबतीत रावणाचं उदाहरण अतिशय सार्थ ठरतं. अतिशय बुद्धिमान, ज्ञानी, शूर, योद्धा आणि अनेक सिद्धी प्राप्त असूनदेखील रावणाची काय अवस्था झाली, ते सर्वांना माहीत आहे. केवळ एका अहंकाराच्या असुराने त्याचा विनाश झाला.

ज्याप्रमाणे हिशेब करताना एका अंकाची जरी चूक झाली तर हिशेब चुकतो, त्याचप्रमाणे आपल्या स्रोतापासून जो विचलित होतो, त्याने कोणतंही ज्ञान संपादन केलं तरी ते चुकीचं ठरेल. कारण ते त्याला अधःपतनाकडेच घेऊन जातं.

अशा प्रकारे या तीन व्यर्थ गोष्टींमध्ये अडकलेला मनुष्य असुरी आणि राक्षसी वृत्तींचा गुलाम बनतो. आपला स्वार्थ साधण्यामागे लागलेले लोक इतरांच्या दुःखाची अजिबात पर्वा करत नाहीत. असे लोक असुरी, राक्षसी प्रवृत्तीचे असतात. वैर नसतानाही विनाकारण इतरांचं नुकसान करणारे, त्यांना त्रास देणारे, उगाच कुत्र्याला दगड मारणारे किंवा गाईला निष्कारण काठी मारणारे यांसारखी कृत्यं असे लोक करतात.

ही बाब आणखी एका उदाहरणाद्वारे समजून घेऊया. समजा, एखाद्या राष्ट्रीय स्तरावरच्या क्रिकेटपटूला आधीचे सर्व विक्रम मोडून नवी उंची गाठायची असते. त्यासाठी तो पात्र प्रशिक्षकाकडून उच्च दर्जाचं प्रशिक्षण घेतो. हे सर्व करण्यामध्ये त्याची वैयक्तिक महत्त्वाकांक्षा दडलेली असेल, तो ईर्षेपोटी इतरांच्या पुढे जाण्याचा प्रयत्न करत असेल, तसंच पैसा आणि प्रसिद्धी यांचा हव्यास ठेवून त्याच्या सहकाऱ्यांना तुच्छ ठरवण्याचा प्रयत्न करत असेल तर त्याची कामना व्यर्थ आहे. ती कामना पूर्ण करण्यासाठी केलेल्या कष्टाचं कर्मही व्यर्थच ठरतं. तसंच त्यासाठी घेतलेलं प्रशिक्षणसुद्धा (ज्ञानसुद्धा) व्यर्थच आहे. कारण तो हे सर्व ईश्वरीय अभिव्यक्ती म्हणून करत नाही तर स्वतःचा अहंकार पुष्ट करण्यासाठी करतोय. त्यामुळे तो आपल्या

मूळ स्रोतापासून दूर जात असतो. अशावेळी त्याला सांगायला हवं, की जिंकण्यासाठी खेळू नकोस तर खेळण्यासाठी जिंका!

१३

श्लोक अनुवाद : हे पार्थ! मोहित न झालेले महात्मेजन दैवी प्रकृतीच्या* आश्रयाखाली असतात. ते भक्तीमध्ये पूर्णपणे युक्त झालेले असतात. कारण ते मला सृष्टीचे आदिकारण आणि अविनाशी, पुरुषोत्तम श्री भगवान म्हणून जाणतात.।।१३।।

गीतार्थ : मागील श्लोकात भगवान श्रीकृष्णांनी आसुरी, राक्षसी आणि मोहिनी स्वभावाच्या आश्रयाने जगणाऱ्या लोकांचं वर्णन केलंय. प्रस्तुत श्लोकात दैवी प्रकृतीच्या आश्रयाने जगणाऱ्या महात्म्यांच्या दिव्यत्वाचं वर्णन करताना ते म्हणतात, 'हे महात्मे मला आदि आणि अविनाशी ईश्वराच्या रूपात ओळखतात, त्यामुळे ते भक्तीत सदैव पूर्णतः लीन असतात.'

आता दैवी प्रकृती म्हणजे काय, हे पाहू या. प्रत्येक माणसात चांगल्या आणि वाईट अशा दोन्ही शक्ती कार्यरत असतात. त्यापैकी कोणती शक्ती वाढवावी हे त्याच्या आकलनशक्तीवर, त्याच्या समजेवर अवलंबून असतं. माणसाचं तुलना व मोजमाप करणारं मन त्याला धारणा, कल्पना, तुलना, कपट, ईर्षा, अनुमान इत्यादी विकारांनी ग्रस्त करतं. वास्तविक हे आसुरी गुण आहेत. याउलट मानवाची निर्मिती करणाऱ्या परमात्म्याचे गुण मात्र दैवी समजले जातात. सर्जनशीलता, नावीन्य, प्रेम, आनंद, करुणा, मौन हे

**कर्मात कर्तेपणाच्या अभिमानाचा त्याग, चित्तात चंचलतेचा अभाव, कुणाचीही निंदा न करणं, सर्व भूतमात्रांबद्दल निर्हेतुक दया, विषयसुखातही इंद्रियांची आसक्ती नसणं, कोमलता, लोक आणि शास्त्र यांच्या विरोधात आचरण करण्यास लज्जा, निरर्थक प्रयत्नांचा अभाव आणि तेज, क्षमा, धैर्य, बाह्य शुद्धी व कुणाशीही शत्रुत्व नसणं तसंच आत्मपूजनीयतेचा अभाव असणं.*

दैवी गुण आहेत. या दैवी गुणांना शरण जावे अर्थात ते अंगीकारावेत. महात्मे (उच्च चेतनेचे लोक) हेच गुण अंगीकारून साधं, सरळ परंतु शक्तिशाली जीवन जगतात.

सर्व भूतं सनातन (पारंपरिक) आणि अक्षर (अविनाशी) असण्याचं कारण समजवताना श्रीकृष्ण म्हणतात, 'प्रापंचिक वस्तूंचा नियम आहे, की कोणत्याही पदार्थापासून वस्तू तयार केली, तर मूळ पदार्थात घट येते.' उदाहरणार्थ, मातीपासून घडा तयार केला तर माती घटते, सोन्याचा अलंकार तयार केल्यावर मूळ सोन्याचं वजन कमी होतं. परंतु माझ्यातून संपूर्ण सृष्टीची उत्पत्ती होऊनही माझ्यात कोणतीच कमतरता येत नाही. कारण मी सर्वांचं अव्यय (अविनाशी) बीज आहे. मी अनादी आणि अव्यय आहे, हे जाणणारे लोक अनन्य, एकनिष्ठ मनाने माझंच भजन करतात.

'अनन्य मनाचा' म्हणजे ज्याच्या मनात अन्य कशालाही आश्रय नाही. इतर कशाचंही आकर्षण नाही. फक्त परमेश्वराबद्दल आत्मीयता आहे. अशा लोकांचं मन प्रापंचिक विषयांमध्ये गुंतत नाही. ते केवळ रामनामात मग्न झालेलं असतं.

१४

श्लोक अनुवाद : हे महात्मेजन, सतत माझे कीर्तन करत, दृढनिश्चयाने प्रयत्न करत आणि मला वंदन करत भक्तिभावाने नित्य माझी उपासना करतात.।।१४।।

गीतार्थ : या श्लोकात पुन्हा महात्म्याची लक्षणं सांगताना श्रीकृष्ण म्हणतात, महात्मे सदैव परमात्म्याच्या गुणांची स्तुती, स्तवन करतात. मनुष्य जेव्हा त्याचा ईश्वराशी असलेला नित्य संबंध जाणतो अर्थात विविध घटनांमध्ये ईश्वराने त्याला केलेलं सहकार्य तो अनुभवाने जाणतो, तेव्हा त्याला भगवंताचा विरह सहन होत नाही आणि तो भगवंताचं साहचर्यही

विसरत नाही. यालाच नित्ययुक्त (नित्य उपासनेत) राहणं असं म्हणतात.

सामान्यपणे लोक कीर्तनाच्या नावाखाली कर्कश वाद्यांसह मोठ्या आवाजात भजन-कीर्तन करतात. मात्र हे कीर्तनाचं योग्य स्वरूप नव्हे. कीर्तनाचा अर्थ वेगळा असून अत्याधिक पवित्र आहे. लोक दिवसभर आपापल्या प्रवृत्तींनुसार दैनंदिन कामांमध्ये व्यस्त राहतात आणि रात्री एखाद्या स्थानावर एकत्र येऊन मोठमोठ्या आवाजात भजन कीर्तन करतात. नंतर पुन्हा त्याच प्रवृत्तींच्या अधीन होऊन आपला दिनक्रम सुरू ठेवतात. अशा भजन-कीर्तनाने परमेश्वरप्राप्ती होत नसते. त्यापेक्षा महात्म्यांच्या हृदयात सर्व भूतमात्रांबद्दल ओतप्रोत भरलेलं प्रेम हेच ईश्वराचं अधिक श्रेष्ठ आणि खरं कीर्तन ठरतं.

परमात्म्याच्या प्राप्तीसाठी आठवड्यातून एकदा तरी पूजा-अर्चा, उपास-तापास करणं पुरेसं आहे. मग त्यांचं उपास्य दैवत त्यांना उपासनेचं फळ देतं, अशी बऱ्याच लोकांची धारणा असते. मात्र अशा धारणांचा परमेश्वरप्राप्तीशी काहीही संबंध नसतो.

आत्मोन्नतीच्या मार्गावर पुढे जाण्यासाठी मनुष्याने कायम जागृत राहून प्रयत्न करायला हवेत. जीवनातील विविध घटनांमध्ये जेव्हा मन विरोध करतं, मनात चलबिचल सुरू होऊन ते दोलायमान होतं, तेव्हा ते शांत करण्यासाठी निरंतर प्रयास (ध्यान) आणि दृढ निश्चय आवश्यक आहे. त्यासाठी आपल्या लक्ष्यासाठी जीव झोकून द्यायची गरज असते, पूर्णपणे समर्पित होण्याची आवश्यकता असते. मार्गात नानाविध प्रलोभनं तुम्हाला तुमच्या ध्येयापासून परावृत्त करू शकतात. परंतु तुम्ही दृढ निश्चयाने तुमचं मार्गक्रमण करणं आवश्यक आहे.

पुढे श्रीकृष्ण म्हणतात, 'असे दृढनिश्चयी भक्त निरंतर प्रेमपूर्वक माझी उपासना करतात. उपासनेचा अर्थ उपास्यासोबत राहणं (एकरूप होणं). अर्थात भक्त भजन-कीर्तनाव्यतिरिक्त खाणं-पिणं, झोपणं-उठणं, नोकरी,

व्यापार, शेती वगैरे सर्व गोष्टी मला प्राप्त करण्यासाठीच करतात. शिवाय त्यांच्या सर्व प्रापंचिक आणि आध्यात्मिक क्रिया माझ्या प्रसन्नतेसाठीच असतात.

१५

श्लोक अनुवाद : इतर लोक जे ज्ञानरूप यज्ञ करतात ते भगवंतांची एकमेवाद्वितीय रूपामध्ये, विविध रूपांमध्ये आणि विराट विश्वरूपात उपासना करतात.॥१५॥

गीतार्थ : ज्ञानमार्गाचा अवलंब करणारे लोक ज्ञानयज्ञाद्वारे अद्वैत रूपात, विविध रूपात तसंच विश्वरूपात ब्रह्माची उपासना करतात. लोक आपापल्या श्रद्धेनुसार निरनिराळ्या पद्धतीने उपासना करतात. जशी भुकेल्या व्यक्तींची भूकही सारखीच असते आणि भोजनानंतर मिळणारी तृप्तीही सारखीच असते. मात्र प्रत्येकाची रुची भिन्न-भिन्न असते, त्यांना आवडणारे पदार्थ भिन्न असतात. याचप्रमाणे सत्यशोधकांची तृष्णाही समान असते आणि परमेश्वरप्राप्तीनंतरची तृप्तीसुद्धा समान असते. परंतु त्यांची रुची, श्रद्धा, पात्रता आणि विश्वास मात्र वेगवेगळा असतो. म्हणूनच त्यांच्या उपासनाही वेगवेगळ्या असतात.

आपण आणि परमेश्वर एकच आहोत असं मानून केलेली पूजा ही अद्वैत उपासना होय. या मार्गाने साधक दिखाऊ सत्याचा विवेकपूर्वक त्याग करून सृष्टीत दिसणारे सर्व जीवजंतू, झाडंझुडपं आणि वस्तू यांमध्ये परमचैतन्यच पाहतो. संपूर्ण जग चैतन्याने व्याप्त आहे असं तो समजतो. या चैतन्यानेच सृष्टीचं वैविध्य, तसंच अनेक क्रिया धारण केल्या आहेत. उदाहरणार्थ, विविध कंपन्यांनी तयार केलेल्या चॉकलेट्सचे रंग, रूप, आकार, चव आणि किंमत वेगवेगळी असली तरीही सर्व चॉकलेट्सच आहेत. त्यामुळे त्यांच्यातील मूळ, गोडवा प्रत्येकात उपलब्ध असतो. मग हा गोडवा हवाहवासा वाटणारी सर्व मुलं आनंदाने चॉकलेट्सच खातात.

याचप्रमाणे ज्ञानयज्ञाचा साधकही सर्व नावारूपांत, सर्व परिस्थितीत आणि सर्व प्रसंगांमध्ये एकाच चैतन्याच्या अभिव्यक्तीचं दर्शन करतो.

असंख्य नावारूपात ईश्वराला पाहणं आणि ओळखणं याचा अर्थ, सातत्याने ज्ञानयज्ञाच्या भावनेने जगणं आणि ते प्राशन करणं होय. सर्व स्वरूपात त्याची पूजा करणं, सर्व परिस्थितीत त्याचं भान ठेवणं, मनाच्या वृत्तींसह त्याला अनुभवणं म्हणजे अखंडपणे ईश्वराच्या स्मरणात जगणं होय. एकदा आकाशातला सूर्य पाहिला आणि नंतर तलावात त्याची अनेक प्रतिबिंबं दिसली तरीदेखील सूर्य एकच आहे, यावरचा आपला विश्वास कधीही डळमळत नाही. अगदी तसंच विश्वात उपलब्ध असलेले अनेक आकार आणि लेबल्स पाहूनही साधकाला त्यांच्या पलीकडे असलेल्या निर्गुण निराकार ब्रह्माचंच दर्शन घडतं.

काही ज्ञानयोगी त्याच्या निरनिराळ्या स्वरूपात ब्रह्मोपासना करतात. उदाहरणार्थ, रामकृष्ण परमहंस त्यांच्या उपास्य दैवताची पूजा देवीमातेच्या रूपात करत होते आणि मीरा कृष्णप्रेमात रंगली होती. तुकाराम विठ्ठलनामी रमले होते तर हनुमान रामालाच सर्वस्व मानत होते. या सर्वांचा आपापल्या उपास्य दैवतांवर असलेला दृढ विश्वास आणि निस्सीम प्रेमच याला कारणीभूत होतं, जेणेकरून याच गोष्टी त्यांच्यात स्वबोध जागृत होण्यासाठी कारण बनल्या.

● मनन प्रश्न :

१. तुमच्या इच्छांचं अवलोकन करून गीतेच्या बोधानुसार कोणत्या इच्छा व्यर्थ आहेत ते ओळखा.

२. तुमच्या दिवसभरातल्या कामांचंही अवलोकन करून त्यातील किती सार्थक आणि किती निरर्थक आहेत ते पाहा.

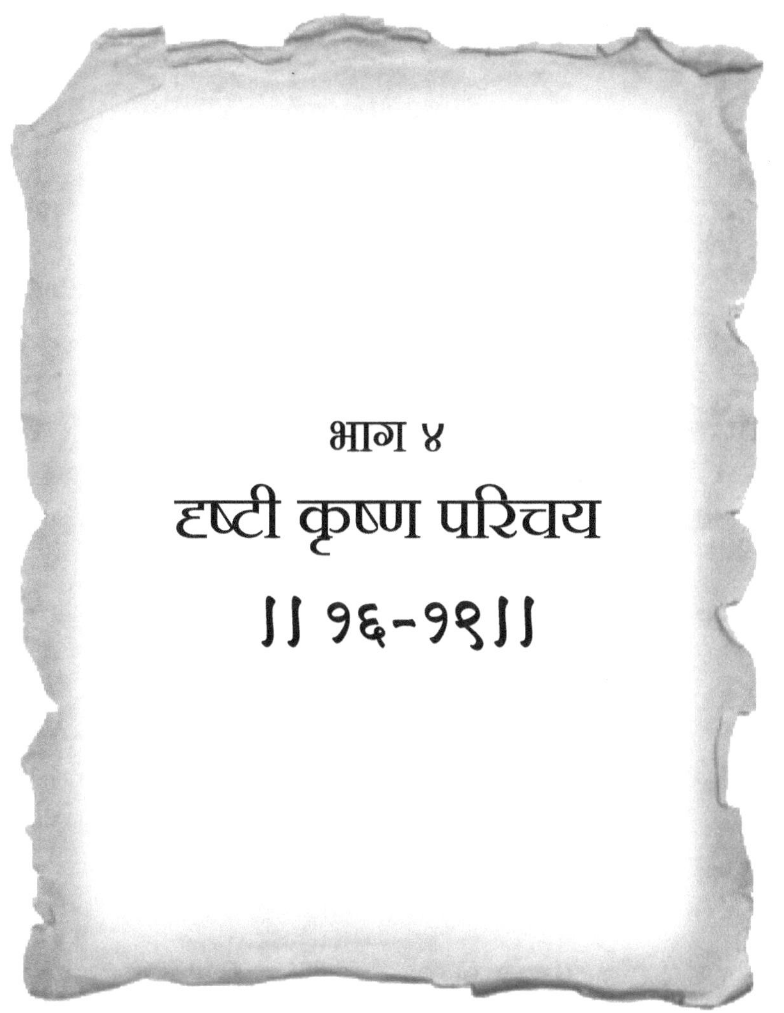

भाग ४

दृष्टी कृष्ण परिचय

|| १६-१९ ||

अध्याय ९

अहं क्रतुरहं यज्ञः स्वधाहमहमौषधम्। मंत्रोऽहमहमेवाज्यमहमग्निरहं हुतम् ।।१६ ।।

पिताहमस्य जगतो माता धाता पितामहः। वेद्यं पवित्रमोङ्कार ऋक्साम यजुरेव च ।।१७ ।।

गतिर्भर्ता प्रभुः साक्षी निवासः शरणं सुहृत् । प्रभवः प्रलयः स्थानं निधानं बीजमव्ययम् ।।१८ ।।

तपाम्यहमहं वर्षं निगृह्णाम्युत्सृजामि च । अमृतं चैव मृत्युश्च सदसच्चाहमर्जुन ।।१९ ।।

१६

श्लोक अनुवाद : परंतु मीच कर्मकांड आहे, मीच यज्ञ, पूर्वजांना अर्पण करण्यात येणारे तर्पण, वनौषधी आणि दिव्य मंत्र आहे. तूप, अग्नी आणि आहुतीही मीच आहे.।।१६।।

गीतार्थ : अर्जुनाला गीताज्ञान देताना श्रीकृष्ण स्वतःसाठी 'मी' शब्दाचा उपयोग करतात. शिवाय तो वासुदेवपुत्र श्रीकृष्ण किंवा त्यांच्या शरीरासाठी नसून त्या परमचैतन्यासाठी आहे. त्या परमचैतन्यात स्थापित श्रीकृष्ण म्हणतात, 'एखादा भक्त यज्ञ करत असेल तर अज्ञानी व्यक्ती यज्ञ करणाऱ्यांना, यज्ञातील वस्तूंना, यज्ञ क्रियांना आणि ज्याच्यासाठी यज्ञ केला जातोय त्या ईश्वराला वेगवेगळं समजतो.'

हा भ्रम दूर करताना श्रीकृष्ण म्हणतात, 'हे अर्जुना, यज्ञाचा किंवा भक्तीचा जो संकल्प मनुष्याच्या मनात निर्माण होतो (क्रतु) तो मीच (परमेश्वर) आहे. यज्ञ करण्याची क्रियासुद्धा मीच आहे. आहुती देताना म्हटला जाणारा मंत्र, स्वधासुद्धा मीच आहे. यज्ञासाठी वापरली जाणारी सामग्री उदाहरणार्थ, समिधा (लाकूड), हवन सामग्री, औषधी (जडी-बुटी), तूप, मंत्रोच्चारण आणि यज्ञाचा अग्नी इत्यादीही मीच आहे.

अगदी सोप्या शब्दात सांगायचं झालं तर, ईश्वराशिवाय इतर काहीच नाही. भक्त, भक्ताची भक्ती, भक्तीची साधनं, भक्तीचे विचार, भक्तीचं फळ, ते फळ देणारा जो कुणी आहे तोदेखील ईश्वरच आहे. त्याव्यतिरिक्त इतर काहीही अस्तित्वात नाही.

या ज्ञानानुसार आपण सर्वांनी अवलोकन केल्यास लक्षात येईल, की आपलं शरीर, आपले विचार, विचारांचा स्रोत, भावना, बुद्धी, ज्ञान, योग्यता... आपली वाणी, आपली इंद्रियांची शक्ती, आपलं सामर्थ्य वगैरे सर्व काही तोच आहे... त्याव्यतिरिक्त दुसरं काहीही नाही. ना आपल्या आत आहे, ना बाहेर...

१७

श्लोक अनुवाद : मी या जगताचा पिता, माता, आधार आणि पितामह आहे. मी

ज्ञेय, शुद्धिकर्ता आणि ॐकार आहे. तसेच ऋग्वेद, सामवेद आणि यजुर्वेदही मीच आहे.॥१७॥

गीतार्थ : मागील श्लोकाचं अधिक स्पष्टीकरण देताना श्रीकृष्ण म्हणतात- ही संपूर्ण सृष्टी ज्या ऊर्जेवर चालत आहे, ती ऊर्जाही मीच आहे. सृष्टीला ऊर्जारूपात मीच धारण केलं आहे. कर्माचा कर्ता आणि फलदाताही मीच आहे. इतकंच नाही तर ती फळं भोगणारासुद्धा तो ईश्वरच आहे.

जोपर्यंत मनुष्यात भेदबुद्धी (द्वैतभाव) आहे, तोपर्यंत तो स्वतःला आणि इतरांनाही वेगळं समजतो. त्याच्यासाठी कुटुंबातील माता, पिता, भाऊ, बहीण हेदेखील भिन्न आहेत. वास्तविक ते सर्व आणि तो स्वतःसुद्धा त्या ईश्वराचीच रूपं आहेत. ज्याप्रमाणे एखाद्या मेणाच्या वस्तुसंग्रहालयात सर्व वस्तू आणि पुतळे मेणानेच बनवलेले असतात. केवळ त्यांना वेगवेगळी नावं दिलेली असतात. उदाहरणार्थ, ही अमुक विख्यात व्यक्ती आहे. हा ताजमहाल आहे. मग लोक त्यांना वेगवेगळं समजून खूश होतात. त्यांच्यासोबत उभं राहून फोटो काढून मित्रांना दाखवतात. 'बघा, हा पुतळा अमुक अभिनेत्याचा आहे, हा अमुक नेत्याचा, हा खेळाडूचा आहे.' वास्तविक सर्व पुतळे तर मेणाचेच असतात. मेणाला वेगवेगळे आकार दिल्यावर ते कुणाचीही प्रतिकृती भासत असले तरीही शेवटी त्याचं मूळरूप मेणच आहे, इतर काहीही नाही. मात्र पुतळ्यांकडे पाहणाऱ्यांना मेण दिसणंच बंद होतं आणि केवळ लोकांच्या प्रतिकृती दिसू लागतात.

याचप्रमाणे सृष्टीतील सारे पशु-पक्षी, वस्तू 'ईश्वरा'पासूनच निर्माण झाले आहेत. ज्ञानरूपी सर्व वेद आणि ब्रह्मांडातला स्वर ॐकारदेखील ईश्वरच आहे.

१८-१९

श्लोक अनुवाद : मीच ध्येय, पोषणकर्ता, प्रभू, साक्षी, निवास, आश्रयस्थान आणि अत्यंत जिवलग मित्र आहे. उत्पत्ती आणि प्रलय, सर्वांचा आधार,

विश्रामस्थान आणि अविनाशी बीजही मीच आहे.॥१८॥

हे अर्जुना! मी उष्णता देतो, मीच पाऊस थांबवतो आणि पाडतोही, मीच अमृततत्त्व असून मूर्तिमंत मृत्यूही मीच आहे. सत् (चेतन) आणि असत् (जडपदार्थ) दोन्ही माझ्यामध्येच स्थित आहेत.॥१९॥

गीतार्थ : श्रीकृष्ण अर्जुनाला सांगू इच्छितात, की जगात जे काही अस्तित्वात आहे किंवा जे घडत आहे, ते सगळं परमात्माच आहे. जीव, वस्तू, विचार, भावना, ध्वनी सर्वकाही तोच आहे. सृष्टीचा निर्माता, पालनकर्ता आणि विनाशकर्ताही तोच आहे. या सृष्टीच्या सर्व व्यवस्था आणि पारलौकिक सूक्ष्म जगतातल्या सर्व व्यवस्थादेखील ईश्वरनिर्मितच आहेत. सर्वोच्च चेतनेचा आणि निम्न चेतनेचा लोकही तिथेच आहे.

याशिवाय ही सृष्टी ज्या नियमानुसार चालत असते, ती सर्व ईश्वराचीच अभिव्यक्ती आहे. उदाहरणार्थ, सृष्टी निर्माण होणं (उत्पत्ती), नष्ट होणं (प्रलय), सूर्याचं प्रकाशणं, ऋतू बदलणं, पाऊस पडणं, हिवाळा, उन्हाळा येणं... आधी शिशीर (पानगळती) आणि त्यानंतर वसंत ऋतूचं आगमन. कोणताही जीव किंवा वस्तू यांची निर्मिती (जन्म) आणि नष्ट होणं (मृत्यू) हेदेखील त्याच्याद्वारेच होत असतं. जी काही माया (असत्य) आहे आणि जे काही वास्तव (सत्य) आहे, ती सर्व त्याचीच अभिव्यक्ती आहे.

श्रीकृष्ण अर्जुनाला जी स्थिती शब्दात पटवून देत आहेत; तीच स्थिती त्यांनी माता यशोदेला आपल्या मुखात ब्रह्मांडाची झलक दाखवून स्पष्ट केली होती. ती म्हणजे सर्व काही ईश्वरामध्ये सामावलेलं असून तोच सर्वांमध्ये समाविष्ट आहे.

वास्तविक श्रीकृष्ण अर्जुनाला हुबेहूब अशा स्थितीचं वर्णन सांगत आहेत, जी प्रत्यक्ष अनुभवाने ईश्वराला जाणणाऱ्या प्रत्येक साधकाची, योग्याची आणि भक्ताची असते. प्रत्येक साक्षात्कारी मनुष्य हे अनुभवू शकतो, की प्रत्येक प्रकट, अप्रकट, स्थूल किंवा सूक्ष्म सर्वकाही ईश्वरच आहे. अर्थात, हा अनुभव होणं म्हणजेच समाधी आहे!

एखादी व्यक्ती आपण वेगळं असल्याचा भाव (मी) सोडून स्वतःच्या अंतरंगातील परमचैतन्याशी, स्रोताशी एकरूप होऊन त्याच अवस्थेत, त्याच दृष्टीने जीवन जगून अभिव्यक्ती करत असेल तर, ती समाधी अवस्थेतच आहे, असं समजावं. याच अवस्थेला मोक्ष, आत्मबोध, आत्मसाक्षात्कार, बुद्धत्व, पूर्णमुक्ती असं म्हटलं गेलंय.

● मनन प्रश्न :

१. तुम्ही तुमच्या आसपास असलेल्या कोणकोणत्या व्यक्तींमध्ये, वस्तूंमध्ये चेतना अनुभवू शकता आणि कशात अनुभवत नाही? यावर मनन करा.

२. काही व्यक्तींमध्ये तुम्ही चेतनेचं दर्शन घेऊ शकत नसाल तर या गोष्टीसाठी कोण कारणीभूत आहे? तुमचा अहंकार? वृत्ती? धारणा? की पूर्वग्रह? यावर मनन करा.

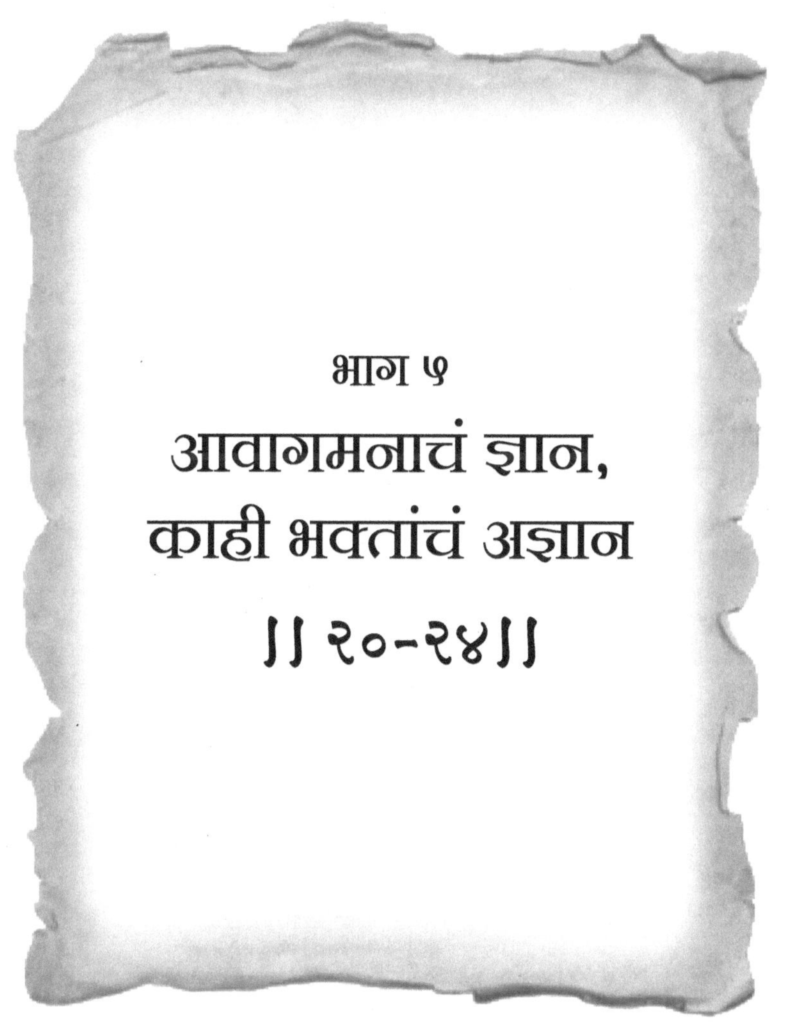

भाग ५

आवागमनाचं ज्ञान, काही भक्तांचं अज्ञान

॥ २०-२४ ॥

अध्याय ९

त्रैविद्या मां सोमपाः पूतपापायज्ञैरिष्ट्वा स्वर्गतिं प्रार्थयन्ते। ते पुण्यमासाद्य सुरेन्द्रलोकमश्नन्ति दिव्यान्दिवि देवभोगान् ।।२० ।।

ते तं भुक्त्वा स्वर्गलोकं विशालंक्षीणे पुण्य मर्त्यलोकं विशन्ति। एवं त्रयीधर्ममनुप्रपन्ना गतागतं कामकामा लभन्ते।।२१ ।।

अनन्याश्चिन्तयन्तो मां ये जनाः पर्युपासते । तेषां नित्याभियुक्तानां योगक्षेमं वहाम्यहम् ।।२२ ।।

येऽप्यन्यदेवता भक्ता यजन्ते श्रद्धयान्विताः । तेऽपि मामेव कौन्तेय यजन्त्यविधिपूर्वकम् ।।२३ ।।

अहं हि सर्वयज्ञानां भोक्ता च प्रभुरेव च। न तु मामभिजानन्ति तत्त्वेनातश्च्यवन्ति ते ।।२४।।

२०-२१

श्लोक अनुवाद : वेदाध्ययन करणारे आणि सोमरसाचे पान करणारे स्वर्गलोकाची प्राप्ती करत अप्रत्यक्षपणे माझेच पूजन करतात. असे पापकर्मांपासून* शुद्ध झालेले लोक इंद्राच्या पुण्यलोकामध्ये जन्म घेतात आणि त्याठिकाणी ते देवांप्रमाणे दिव्य भोग उपभोगतात.।।२०।।

याप्रमाणे स्वर्गलोकातील अमर्याद विषयसुखाचा भोग घेऊन पुण्यकर्म क्षीण झाल्यावर ते पुन्हा या मृत्युलोकात परत येतात. अशा रीतीने वेदोक्त धर्माचे (सिद्धांताचे) पालन करून जे इंद्रियोपभोग प्राप्त करतात, त्यानंतर पुनःपुन्हा त्यांना जन्ममृत्यूच्या चक्रातच अडकावे लागते.।।२१।।

गीतार्थ : जगात अनेक प्रकारचे ग्रंथ आणि शास्त्र आहेत. त्यात आपल्या पूर्वजांनी वेगवेगळ्या प्रकारचे लोक लक्षात घेऊन विविध प्रकारच्या नियमांची आणि कार्यपद्धतींची रचना केली आहे. शक्ती आणि सिद्धी यांमध्ये रस असणाऱ्यांसाठी वेगळी आणि मोक्ष किंवा स्वानुभव यांची आस असणाऱ्यांसाठी वेगळी.

अशाच प्रकारे प्रापंचिक लोकांसाठी ही अनेक ग्रंथ-शास्त्र तयार झालेले आहेत. त्याद्वारे त्यांना सुख, समृद्धी, सुविधा, साधनसंपत्ती, यश, अपत्यसुख वगैरे कसं प्राप्त करावं, हे सांगितलं गेलं आहे. जगात संसारसुखाची लालसा असणाऱ्यांचीच संख्या अधिक आहे. ते वेळोवेळी देवाच्या नावाने वेगवेगळ्या देवी-देवतांसाठी प्रचलित असलेले पूजा-पाठ, दान, होम-हवन, भंडारा, स्नान वगैरे करतात आणि करवून घेतात. हे सर्वकाही देवाच्या नावाने करत असले तरी ते ईश्वरप्राप्तीसाठी नसून स्वार्थपूर्तीसाठी देवाला साकडं घालतात, जेणेकरून परमेश्वराने त्यांच्या इच्छा पूर्ण कराव्यात. जणू ते ईश्वराला सांगतात, की मला तू नकोय, पण माझे काम पूर्ण होण्यासाठीच केवळ तुझी कृपा हवी.

पण परमेश्वर मनुष्यावर इतकं प्रेम करतो, की त्याला प्रत्येक वेळी तथास्तु (असंच होईल) असं म्हणत असतो. म्हणूनच अशा सकाम भक्तांच्या उचित

**येथे स्वर्गप्राप्तीचे प्रतिबंधक देव ऋणरूप पापातून पवित्र होणं असं समजावं.*

कर्मांमुळे आणि पूजापाठ केल्याने त्यांची कामं तर होतच राहतात. परंतु ईश्वरप्राप्ती (स्वानुभव) होत नाही. यासाठीच श्रीकृष्ण सांगतात, 'सकाम आणि सत्कृत्य करणारे लोक त्यांची शुभफळं भोगतात.' मात्र सकाम कर्मांचा आणि फळांचा हिशेब पूर्ण होताच त्यांचं पुण्य क्षीण होतं.

समजा, तुम्ही तुमच्या बँकेच्या खात्यात दरमहा काही पैसे जमा करता आणि वेळोवेळी ते काढून वापरता. त्यामुळे बचत शून्य होते. बचत शून्य होणं म्हणजे ईश्वरभक्तीचं पुण्य क्षीण होणं होय. म्हणूनच श्रीकृष्ण अर्जुनाला सांगतात, 'सकाम कर्म करणारे आणि त्या मोबदल्यात भोग इच्छा बाळगणारे लोक पुनःपुन्हा जन्म घेतात, अर्थात पुण्याच्या प्रभावाने स्वर्गात जातात आणि पुण्य क्षीण झाल्यावर पुन्हा मृत्युलोकात परततात.'

इथे स्वर्ग, मृत्युलोक आणि दोहोंच्या मध्यावरील आवागमनाचा अर्थ समजणं आवश्यक आहे. स्वर्गाला भोगलोक असं म्हटलं जातं. जिथे कोणतं कर्म न करताही मनाप्रमाणे सर्व सुखसुविधा प्राप्त होतात. स्वर्ग मृत्यूनंतरच प्राप्त होतो असं नाही तर जगात जे सर्व लोक सुखसुविधा भोगत आहेत, ते स्वर्गातच असल्याचं समजावं. त्याचप्रमाणे मृत्युलोक म्हणजे पृथ्वी. यालाच कर्मलोक असंही म्हणतात. याचा अर्थ जिथे कर्मं केली जातात. या कर्मांच्या आधारे माणसाला स्वर्ग (सुख) किंवा नरक (दुःख) यांची प्राप्ती होते.

जीवनात मनुष्य सकाम कर्म करतो, त्यामुळे तो एकतर सुखी होतो किंवा दुःखी. मग तो पुन्हा पुढील कर्म करतो आणि त्याचं फळ पुन्हा त्याला सुखी किंवा दुःखी करतं. अशा प्रकारे त्याचा स्वर्ग, नरक आणि मृत्युलोक सर्वकाही इथेच असतं, अगदी याच धरतीवर! इथेच तो सुखी असला तर स्वर्गात आणि दुःखी असला तर नरकात आहे, असं समजावं.

या सुख-दुःखाच्या आणि कर्माच्या अवस्थेत असणं, काही काळ त्या अवस्थेत येणं-जाणं म्हणजेच आवागमन आहे. माणसाच्या कर्मांच्या परिणामांमुळेच त्याचं भविष्य आकार घेतं. त्याच्या वर्तमानातल्या कर्मांमुळेच

त्याला स्वर्ग मिळेल की नरक, हे ठरतं.

सकाम कर्मांमुळे स्वर्ग-नरक मिळत राहतात. मात्र निष्काम कर्म केलं तर स्वर्ग, नरक यांपलीकडे जाऊन तो स्थायी आनंद आणि मुक्तीच्या अवस्थेत राहतो.

२२

श्लोक अनुवाद : परंतु जे लोक अनन्य भक्तिभावाने माझ्या दिव्य स्वरूपाचे चिंतन करत माझी उपासना करतात, त्यांच्या गरजा मी पूर्ण करतो आणि त्यांच्याकडे जे आहे, त्याचं रक्षण करतो.॥२२॥

गीतार्थ : सकाम भक्त त्यांचं ओझं स्वतःच्या खांद्यावर घेऊनच जीवन व्यतीत करतात. ते ईश्वराला अर्पण करत नाहीत. ते भलेही भजन करतील, 'तेरे फुलोंसे भी प्यार, तेरे काँटोंसे भी प्यार, हमको जैसा रखना चाहे, हमको तो है सब स्वीकार', असं म्हणतील. परंतु हे भाव त्यांच्या हृदयातून निघत नाहीत. त्यांना काय हवं, त्यांच्यासाठी काय योग्य आहे, हे ते स्वतःच निश्चित करतात. ईश्वराला ते ठरवू देत नाहीत. मग ते मिळवण्यासाठी चिंता, ताण आणि अनावश्यक कर्मांच्या जाळ्यात गुरफटून जातात. केवळ त्यांना मनासारखं फळ मिळावं म्हणून ते ईश्वराची भक्ती करतात. मग परमेश्वराच्या दृष्टीने ते अयोग्य असलं तरीही.

याउलट निष्काम भक्त त्याच्या सर्व चिंता, तणाव, इच्छा ईश्वराला समर्पित करतात. ते संपूर्ण भक्तिभावाने भजन म्हणतात, 'तुम्हे जो लगे अच्छा, वही मेरी इच्छा...' त्यांच्यासाठी जे जे योग्य आणि आवश्यक आहे, ते परमेश्वर निश्चित देईल यावर त्यांचा दृढ विश्वास असतो. असे लोक त्यांना जे मिळेल ते ईश्वराची इच्छा आणि प्रसाद म्हणून स्वीकारतात. म्हणूनच सर्व परिस्थितीत प्रसन्न चित्ताने आपलं कर्म करत राहतात, फळाच्या मोहात अडकत नाहीत. ईश्वराची भक्ती काही मागण्यासाठी नव्हे

तर प्रेमापोटी करतात, असेच भक्त परमेश्वराला सर्वाधिक प्रिय असतात. शिवाय परमेश्वर स्वतःच त्यांची काळजी घेतो.

ही गोष्ट प्रमाणित करून श्रीकृष्ण म्हणतात, 'जे भक्त निरपेक्षपणे निरंतर मला भजतात, त्यांचा योगक्षेम (अप्राप्ताची प्राप्ती आणि प्राप्तीचं रक्षण) मी स्वतः करतो. भक्ताची सर्वतोपरी काळजी घेऊन त्यांच्या साक्षात्कारप्राप्तीसाठी आणि ते स्थिर राहावेत यासाठी मी साहाय्य करतो.

२३-२४

श्लोक अनुवाद : हे कौंतेया! जे लोक इतर देवतांचे भक्त आहेत आणि जे त्यांचे श्रद्धेने पूजन करतात, ते वस्तुतः माझंच पूजन करत असतात. परंतु त्यांनी ती आराधना चुकीच्या मार्गाने केलेली असते.।।२३।।

सर्व यज्ञांचा केवळ मीच भोक्ता आणि स्वामी आहे. म्हणून जे माझे दिव्य स्वरूप तत्त्वतः जाणत नाहीत त्यांचे पतन होते.।।२४।।

गीतार्थ : मानवाचं सर्वोच्च लक्ष्य आहे- ईश्वरप्राप्ती (आत्मसाक्षात्कार) आणि त्याचा अत्यंत साधा, सरळ व सुलभ मार्ग आहे भक्ती! भक्ती निष्कामच असते. सकाम भक्ती ही खरी भक्ती नसतेच मुळी. कारण तो असतो फक्त व्यापार.

जे भक्त प्रारंभी परमेश्वराला तत्त्वरूपात ओळखत नाहीत, ते एखाद्या देव-देवतेला ईश्वर मानून भक्तीची सुरुवात करतात. अशी भक्तीही कल्याणकारी आणि आत्मसाक्षात्कारापर्यंत नेणारी असू शकते. मात्र ती निष्काम असली पाहिजे. जसं मीरेने श्रीकृष्णाची आणि शबरीने रामाची निष्काम भक्ती करून बोध प्राप्त केला. कारण त्यांची भक्तीसुद्धा त्याच एकमात्र परमेश्वरापर्यंत पोहोचते.

म्हणूनच श्रीकृष्ण म्हणतात- जे सकाम भक्त इतर देवतांची पूजा

करतात तेही अप्रत्यक्षपणे माझीच पूजा करत असतात, परंतु मला तत्त्वरूपात ओळखत नाहीत. तरीही अशा भक्तांना निष्काम भक्तीमुळे शेवटी ईश्वराच्या मूळ तत्त्वांचा बोध होतोच.

मात्र भक्ती सकाम असून एखाद्या उद्देशाने अथवा इच्छापूर्तीसाठी केली जात असेल तर संपूर्ण फळप्राप्ती होत नाही. ती भक्ताचं अज्ञान दूर सारून त्याला मुक्त करू शकत नाही. शेवटी त्या मनुष्याचा कोणत्या ना कोणत्या इच्छेचा दास बनूनच मृत्यू होतो आणि कर्मबंधनात जखडूनच तो पुन्हा जन्माला येतो. सकाम भक्तांबद्दल श्रीकृष्ण म्हणतात, 'ते मला परमेश्वराच्या तत्त्वरूपात ओळखत नाहीत म्हणूनच अवनत होतात अर्थात पुनर्जन्म घेतात.'

भक्ती मनुष्याला मिळालेली सर्वोत्तम भेट आहे. वास्तविक त्यामुळे त्याला सर्वोच्च प्राप्ती होऊ शकते. पण भक्ताचं हे दुर्भाग्यच म्हणावं लागेल, की ज्ञानाअभावी भक्तीचा उपयोग तो ईश्वरप्राप्तीसाठी न करता त्याच्या लहानसहान फायद्यांसाठीच करतो.

• मनन प्रश्न :

१. मनन करा, यापूर्वी तुम्ही जे जे धार्मिक कर्मकांड, पूजापाठ, अनुष्ठान (विधी) वगैरे केले असतील, त्यामागे तुमचा कोणता उद्देश होता? ते केवळ परमेश्वराच्या प्रेमापोटी केले, की त्यामागे इतर काही अपेक्षा होत्या?

२. भविष्यात जेव्हा तुम्ही कोणतेही धार्मिक विधी कराल, तेव्हा त्यामागे मूलतः कोणती समज असेल? मूळ समज प्राप्त झाल्यानंतरत्या विधींचा सार्थ उद्देश तुमच्या लक्षात येईल का? यावर मनन करा.

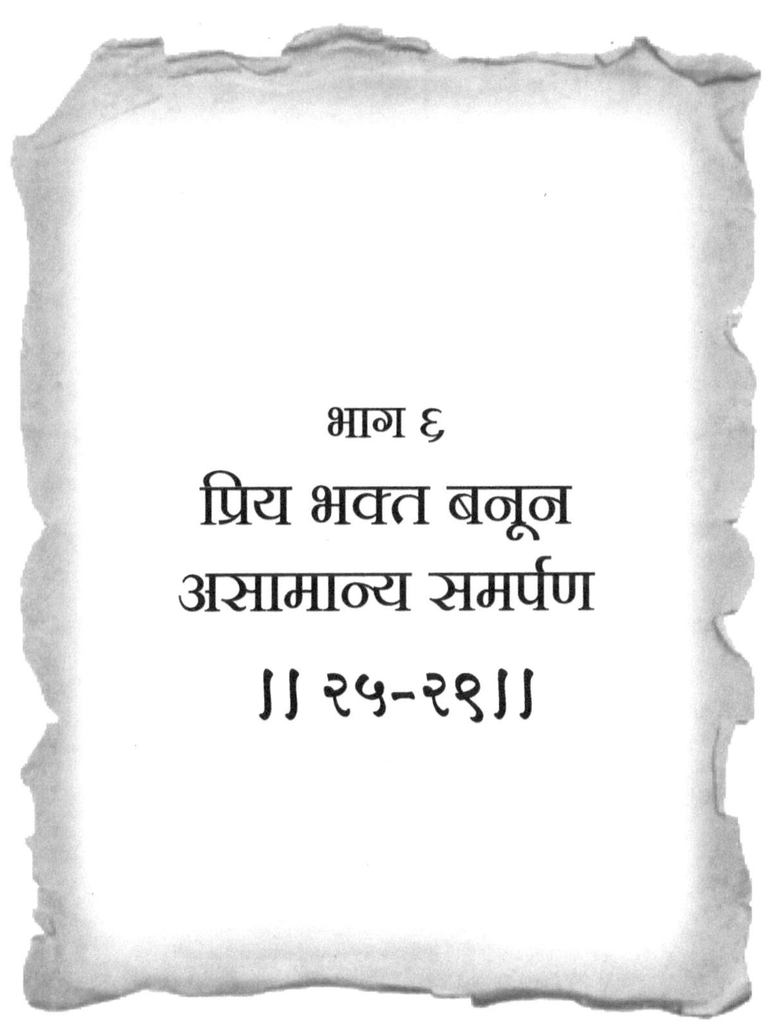

भाग ६

प्रिय भक्त बनून असामान्य समर्पण

॥ २५-२९॥

अध्याय ९

यान्ति देवव्रता देवान्पितृन्यान्ति पितृव्रताः । भूतानि यान्ति भूतेज्या यान्ति मद्याजिनोऽपि माम् ।।२५।।

पत्रं पुष्पं फलं तोयं यो मे भक्त्या प्रयच्छति । तदहं भक्त्युपहृतमश्नामि प्रयतात्मनः ।।२६ ।।

यत्करोषि यदश्नासि यज्जुहोषि ददासि यत् । यत्तपस्यसि कौन्तेय तत्कुरुष्व मदर्पणम् ।।२७ ।।

शुभाशुभफलैरेवं मोक्ष्य से कर्मबंधनैः। सन्न्यासयोगमुक्तात्मा विमुक्तो मामुपैष्यसि।।२८।।

समोऽहं सर्वभूतेषु न मे द्वेष्योऽस्ति न प्रियः । ये भजन्ति तु मां भक्त्या मयि ते तेषु चाप्यहम् ।।२९ ।।

२५

श्लोक अनुवाद : जे लोक ज्या देवतांची पूजा करतात, ते त्या देवतांना प्राप्त होतात. जे पितरांची उपासना करतात, ते पितरांकडे जातात. जे भूतांची उपासना करतात, त्यांना भूतयोनीमध्ये जन्म प्राप्त होतो आणि जे माझी पूजा करतात ते माझी प्राप्ती करतात.॥२५॥

गीतार्थ : या श्लोकात श्रीकृष्ण एक महत्त्वपूर्ण निसर्गनियम सांगत आहेत. तो असा आहे– 'ज्या गोष्टीवर तुम्ही लक्ष केंद्रित कराल तसेच बनाल.' ज्या गुणांचं किंवा अवगुणांचं चिंतन कराल, तेच प्राप्त कराल.

श्रीकृष्णांनी या ठिकाणी देवता, पितरा आणि भूत... अशा विविध प्रकारच्या चेतनांचा उल्लेख केला आहे. मनुष्य पृथ्वीवर जीवन जगताना आयुष्यभर ज्या प्रकारचं चिंतन करतो, तसाच त्याच्या चेतनेचा स्तर असतो. मृत्यूनंतर त्याच चेतनेसह तो सूक्ष्म जगात (पार्टटूमध्ये) जातो. तुम्ही गीतेच्या दुसऱ्या अध्यायातही वाचलं आहेच, की सूक्ष्म जग हे चेतनेच्या स्तरांनुसार वेगवेगळ्या गटात विभागलेलं असतं. पृथ्वीवरून गेलेला जीव त्याच्या चेतनेच्या स्तरानुसारच तेथील चेतनेच्या गटात समाविष्ट होतो.

श्लोकात म्हटलं आहे, विशिष्ट देवतांचं पूजन करणारे त्या देवतांनाच जाऊन मिळतात, मला नव्हे. पण देवतांना सुख भोगणारे आणि सुख देणारे असं मानलं गेलंय. याचाच अर्थ, जे लोक देवतांची सकाम भक्ती करतात म्हणजे सत्कृत्य करतात ते देवलोक प्राप्त करतात. म्हणजेच ते पुण्यकर्मांच्या फलस्वरूपात या संसारातही सुख उपभोगतात आणि परलोकातही.

पृथ्वीवर आपले जे नातेवाईक असतात, अशा सूक्ष्म शरीरांना पितर म्हणतात. तुमचं मन जर त्यांच्यातच रममाण असेल, तुम्ही त्यांचीच पूजा करत असाल तर सूक्ष्म जगतात तुम्ही त्यांच्याच सान्निध्यात जाऊन त्याच चेतनेत राहाल.

भुतयोनी निम्न चेतनेचं प्रतीक आहे. जे लोक तामसी प्रवृत्तीचे असतात, चुकीच्या उद्देशाने शक्ती आणि सिद्धी प्राप्त करू इच्छितात, ते भुतांची पूजा

करतात. त्यांची चेतना ही निम्न पातळीचीच असते. ते जिवंत असतानाही निम्न चेतनेने म्हणजे भुतांसमान वागतात आणि मृत्यूनंतरही चेतनेच्या निम्न स्तरावरच (भुतलोकात) जातात. त्यामुळेच भुतांना मुक्ती मिळत नाही असं म्हणतात. हे जीव सदैव अज्ञान आणि अंधकाराच्या खाईत राहतात. अर्थात कधीही ईश्वरीय अनुभव घेऊ शकत नाही.

सर्वोच्च चेतनेचा स्तर 'परमेश्वरा'चा लोक असतो. ज्याला ऋषिमुनींनी ब्रह्मलोक, परमधाम, वैकुंठ अशी नावं दिली आहेत. निष्काम आणि शुद्ध भावना असलेला, 'परमात्म्या'चं तत्त्वरूप जाणून घेऊन त्याची भक्ती करतो, तो स्वानुभव प्राप्त करतो आणि आयुष्यभर प्रेम, मौन, आनंद यांच्या साम्राज्यात वास्तव्य करतो. मग शरीर सोडल्यावरही (मृत्यूनंतरही) चेतनेच्या सर्वोच्च स्तरावर जातो. श्रीकृष्ण म्हणतात, 'माझ्या भक्तांचा पुनर्जन्म होत नाही. याचाच अर्थ, स्वानुभव प्राप्त केल्यामुळेच ते भक्त जन्म-मरणाच्या चक्रात अडकत नाहीत. कारण त्यांची चेतना ईश्वराशी एकरूप होते.

२६

श्लोक अनुवाद : हे अर्जुना! जर एखाद्याने प्रेमाने आणि भक्तीने मला एखादे पान, फूल, फळ अथवा पाणी अर्पण केले तर मी त्याचा स्वीकार करतो.॥२६॥

गीतार्थ : प्रारंभी भक्त, इतर भक्तांना मोठमोठ्या गोष्टी करताना, महागड्या वस्तू दान करताना, यज्ञ, दान, तप तसंच मोठ्या धार्मिक कार्यक्रमाचं आयोजन करताना पाहतो, तेव्हा त्याची हिंमत ढासळते, उत्साह मावळतो. त्याला वाटतं, अशा लोकांना देव निश्चितच प्रसन्न होणार. माझी तुच्छ भेट तो का बरं स्वीकारेल? अशा हीन भावनेमुळे ईश्वराच्या नावाने थोडंफार समर्पण करण्याचा विचारही तो सोडून देतो.

खरंतर परमेश्वर भावाचा भुकेला असतो, वस्तूंचा नव्हे. त्याला प्रेमाने जे अर्पण केलं जातं, ते तो स्वीकारतो. तो वस्तू नव्हे तर भक्तांच्या हृदयातील भाव पाहतो. म्हणूनच अशा भक्तांना योग्य समज देण्यासाठी श्रीकृष्ण म्हणतात, 'भक्ताला भक्तीत हा विचार करण्याची गरज नसते, की त्याची भेट ईश्वर स्वीकारेल किंवा नाही. भक्ताने केवळ आपलं हृदय आणि भावना शुद्ध ठेवाव्यात. भक्ताने प्रेमपूर्वक अर्पण केलेलं पुष्प, फळ, जल इत्यादी सर्वकाही ईश्वर स्वीकारतो.'

हे सत्य स्पष्ट करण्यासाठी अनेक पौराणिक कथाही तयार झाल्या आहेत. उदाहरणार्थ, भगवान श्रीकृष्णांनी द्रौपदीकडे एक तांदळाचा दाणा खाल्ला आणि हजारो साधूंना तृप्त केलं. गजेंद्राने सरोवरातील एक पुष्प श्रीकृष्णाला अर्पण करून नमस्कार केला आणि त्यांनी गजेंद्राचा उद्धार केला. भक्त देवाला जे काही अर्पण करतो, त्यामागे असलेला भक्ताचा भाव देवाला फार आवडतो.

ईश्वराला काही अर्पण करण्याचा भाव जेव्हा भक्तात अधिकाधिक वाढतो, तेव्हा त्याला स्वतःचाही विसर पडतो. मग परमेश्वरही त्याच्या भक्तिभावात इतका तल्लीन होतो, की त्याला स्वतःचंच विस्मरण घडतं. पुढे दिलेल्या दोन उदाहरणांवरून हे समजू या.

एकदा भगवान श्रीकृष्ण दासीपुत्र विदुराच्या झोपडीत गेले होते. विदुर आणि त्यांची पत्नी विदुरानी हे दोघंही श्रीकृष्णाचे निस्सीम भक्त होते. मात्र त्यावेळी विदुर घरी नव्हते. त्यांची पत्नी विदुरानी एकटीच घरी होती. अचानक श्रीकृष्णाला समोर पाहून ती अत्यानंदाने बेभान झाली. ती विचार करू लागली, 'आता श्रीकृष्णांना काय खायला घालू?' तितक्यात तिचं लक्ष केळ्याकडे गेलं. विदुरानीने भगवान श्रीकृष्णाला बसवलं आणि केळ्याची साल काढून केळं बाजूला फेकलं आणि सालच त्यांना खायला दिलं. कारण श्रीकृष्णांना पाहून ती इतकी भावविवश झाली, की आपण श्रीकृष्णांना केळ्याची साल खायला देत आहोत याचंही तिला भान राहिलं

नाही. शिवाय भगवंतही भक्ताच्या प्रेमाने इतके भारावले, की शांतपणे ते साल खात राहिले.

तितक्यात अचानक विदुरजी येऊन पोहोचले. हे पाहताच ते पत्नीला म्हणाले, 'अगं! हे काय करतेस? देवाला साल खाऊ घालतेस?' विदुरानीच्या लक्षात ही गोष्ट येताच ती अतिशय खजिल झाली. मग तिने भगवान श्रीकृष्णांना केळं खायला दिलं.

रामायणात एका प्रसंगाचं अतिशय सुंदर वर्णन आलं आहे. जेथे शबरीला श्रीरामांना फक्त गोड बोरं खाऊ घालण्याची इच्छा असते. त्यासाठी ती प्रथम स्वतःच एक एक बोर चाखून पाहते आणि बोर गोड लागलं तरच ते श्रीरामांना देते. यावरून लक्षात येतं, की शबरीचं श्रीरामावर किती प्रेम होतं! तिला शक्य असलेली सर्वश्रेष्ठ सेवा ती देऊ इच्छित होती. प्रभु रामचंद्रांना फिकं किंवा आंबट बोर खावं लागू नये, अशी तिची मनःपूर्वक इच्छा होती.

शबरीप्रमाणे आपणदेखील जीवनातील सर्व अवगुण आणि वाईट सवयीतून आंबट बोराप्रमाणे मुक्त व्हायला हवं. आपल्या शरीररूपी मंदिरात केवळ गोड बोरांप्रमाणे सद्गुणच बाळगावे. मग असं प्रेममय, भक्तिमय आणि सद्गुणयुक्त जीवन परमेश्वराच्या सेवेत अर्पण करावं.

२७

श्लोक अनुवाद : हे अर्जुना कौंतेया! तू जे जे कर्म करतोस, जे जे खातोस, जे जे हवन करतोस किंवा दान देतोस आणि तू जे तप करतोस, ते सर्व मला अर्पण कर.।।२७।।

गीतार्थ : भक्ताचा सर्वांत महत्त्वाचा गुण म्हणजे- समर्पण! समर्पणाचा अर्थ आहे, कोणत्याही वस्तूविषयी किंवा स्वतःविषयीची आसक्ती सोडून सहजपणे ती दुसऱ्याच्या हवाली करणं, स्वाधीन करणं. हे एक प्रकारे स्वतः पराभव पत्करून दुसऱ्याला जिंकवण्यासारखं आहे, कुणालातरी अर्पित होणं

आहे. ईश्वरभक्तीत जेव्हा एक भक्त समर्पण करतो, तेव्हा तो त्याचा अहंकार समर्पित करून सर्वकाही ईश्वरावर सोपवतो. आधी तो म्हणत होता, 'मला काम करायचं आहे, मला निर्णय घ्यायचा आहे, ही माझी जबाबदारी आहे.' मात्र संपूर्ण समर्पणानंतर तो म्हणतो, 'तूच कर्ता, धर्ता आहेस... ही तुझीच जबाबदारी आहे... आता तुलाच निर्णय घ्यायचा आहे... 'तुझी इच्छा, तिच माझी इच्छा!'' अशा समर्पित भावनेने तो त्याचे सर्व संकल्प, सर्व कर्म, सर्व प्रयत्न ईश्वराला समर्पित करून केवळ त्याच्या हातची कठपुतली बनून जगू लागतो.

आपला अहंकार (कर्ताभाव) समर्पित करणं ही बाब वाटते तितकी सहज सोपी नाही. त्यासाठी हळूहळू भक्ताची पात्रता तयार व्हावी लागते. सुरुवातीला त्याला सांगितलं जातं, 'ईश्वराच्या निमित्ताने तुम्ही अशा गोष्टी अर्पण करा, ज्या तुम्ही सहजपणे देऊ शकता. उदाहरणार्थ, पाणी, फळं, फुलं इत्यादी'. नंतर गुरू त्याला समजवतात, आता 'तुमचे विकार, वाईट सवयी देवाला समर्पित करा.' भक्तीमुळे भक्त हेदेखील करायला सुरुवात करतो आणि मग त्याच्या चिंता, कार्य सर्व ईश्वरावर सोपवतो. ही अवस्थाच त्याला निष्काम कर्माकडे नेते. शेवटी तो त्याचा मीपणा व कर्ताभावसुद्धा समर्पित करतो. ही भक्ताची सर्वोच्च अवस्था असते. म्हणूनच या श्लोकात श्रीकृष्ण अर्जुनाला म्हणतात, 'हे अर्जुना! तू जे कर्म करतोस, जे खातो, जे हवन करतो, जे दान देतो आणि जे तप करतो, ते सर्व मला अर्पण कर, त्यामुळे तुला संपूर्ण समर्पण करणं सहज जमेल.'

२८

श्लोक अनुवाद : याप्रमाणे कर्मबंधनं आणि कर्मबंधनांच्या शुभाशुभ फलांपासून तुझी सुटका होईल. या संन्यासयोगाने युक्त होऊन माझ्यावर दृढपणे मन स्थिर केल्याने तू मुक्त होऊन मलाच प्राप्त होशील.।।२८।।

गीतार्थ : साधकाचा प्रवास जेव्हा कर्मयोग आणि ज्ञानयोग (सांख्ययोग) यांपासून सुरू होतो, तेव्हा सहजपणे कर्ताभाव लोप पावून साक्षीभाव उदयाला येतो. हा प्रवास जेव्हा कर्मयोग आणि भक्तियोग यांनी सुरू होतो, तेव्हा क्रिया समर्पित होतात आणि क्रिया समर्पित होताच साधक कमळासारखा अलिप्त होतो. ज्याप्रमाणे कमळ पाण्यात असूनही पाणी त्याला स्पर्श करत नाही, त्याचप्रमाणे ईश्वराला क्रिया समर्पित करून साधक कर्मबंधनापासून मुक्त होतो.

प्रत्येक क्रिया ईश्वराला समर्पित केली तर कर्मबंधन बनत नाही. तुम्ही आधीच मुक्त असता. मुक्तीची ही अवस्था एका उदाहरणाद्वारे समजून घेता येईल.

एक बंजारा होता. तो त्याच्या उंटासह वाळवंटात प्रवास करत होता. तो जेव्हा थकायचा तेव्हा तो उंटाला एका खांबाला बांधून ठेवायचा जेणेकरून उंटाने पळून जाऊ नये. असा त्याचा दिनक्रम होता.

हळूहळू उंटाला अशा बंधनाची सवय झाली. आता बंजारा फक्त दोर बांधण्याचा अभिनय करायचा आणि शांत बसून राहायचा. मात्र उंटाला भ्रम व्हायचा, की त्याला दोराने जखडून ठेवलं आहे. आता तो पळू शकत नाही की मुक्त होऊ शकत नाही. त्यामुळे तो रात्रभर तसाच पडून राहत असे. सकाळ झाल्यानंतर बंजाऱ्याने केवळ दोर सोडायचा अभिनय केला, की उंट उभं राहून चालू लागायचा. आता तुम्हाला समजलंच असेल, की उंट खरंतर मुक्तच होता. परंतु त्याला बंधनात असल्याचा भ्रम झालेला होता. त्याने ठरवलं असतं तर मुक्त होणं त्याला सहज शक्य होतं. मात्र त्याच्या भ्रमानेच त्याला जखडून ठेवलं होतं. त्याचप्रमाणे आपल्यालाही उंटाप्रमाणे भ्रम झाला आहे, की 'आपण शरीर आहोत'. खरंतर नेमकं याउलट आहे. वास्तवात तुम्ही जे आहात ते बंधनात जखडलेले नाहीत. तुम्ही मुळातच मुक्त आहात, स्वतंत्र आहात.

२९

श्लोक अनुवाद : मी कोणाचा द्वेष करत नाही, तसेच कोणाशी पक्षपातही करत नाही. सर्वजण मला सारखेच आहेत. परंतु जो कोणी भक्तिभावाने माझी सेवा करतो तो माझा मित्र आहे, माझ्या ठायी स्थित आहे आणि मी सुद्धा त्याचा मित्र आहे.॥२९॥

गीतार्थ : काही लोक परमेश्वराचं ध्यान, भजन टाळण्यासाठी सबबी सांगतात, की ईश्वर तर सर्वत्र आहे आणि तो आमच्यातही आहे. तर मग त्याला प्राप्त करण्यासाठी व्यर्थ प्रयत्न का करायचे? सर्वच जर त्याच्या दृष्टीने समान आहेत तर त्याचा प्रिय भक्त बनण्यासाठी व्यर्थ प्रयास का करायचा? त्याचा आपल्याला काय लाभ होणार आहे? कारण तो तर निष्पक्ष आहे, तो आमच्याशी कधी भेदभाव करणार नाही.

या श्लोकात योग्य समज देताना श्रीकृष्ण म्हणतात, 'वास्तविक मी सर्वांमध्ये आहे. परंतु प्रिय प्रेमळ भक्तांमध्ये तर प्रत्यक्ष प्रकटरूपात आहे.' या गोष्टीची गहनता एका उदाहरणाद्वारे समजून घेता येईल.

दोन शेतकरी असतात. एकाचं नाव हरिया आणि दुसरा भिमा. दोघं अगदी 'जीवश्च कंठश्च' मित्र असतात. दोन-तीन वर्षं दोघांच्या शेतात चांगलं पीक येतं. त्यामुळे ते श्रीमंत बनतात आणि त्यांच्याकडे खूप सारी संपत्ती साठते. मग आपसात सल्लामसलत करून ते ठरवतात, की या जास्तीच्या धनाविषयी कुटुंबाला काही सांगायचं नाही. कारण त्यांना कळलं तर ते सगळे पैसे खर्च करतील.

कधी कधी दुष्काळ पडल्याने, पीक येत नाही तेव्हा आपल्या परिवाराला धान्याचा तुटवडा पडू शकतो. अशा वेळेसाठी आपण हे धन साठवून ठेवू. असं ठरवून दोघांनी आपापली धन-संपत्ती लपवून ठेवली.

एकदा दोघंही एका कामासाठी परगावी चालले होते. मात्र नदी ओलांडताना त्यांची नाव पाण्यात बुडते आणि दोघांचाही मृत्यू होतो.

हरियाने त्या लपवलेल्या संपत्तीविषयी एका चिठ्ठीत लिहून ती कपाटात ठेवली होती. जेणेकरून भविष्यात जर त्याचं बरंवाईट झालं तर कुटुंबाला ही गोष्ट समजायला हवी. मात्र भिमाने अशी कोणतीही व्यवस्था करून ठेवलेली नव्हती.

त्या दोघांच्या मृत्यूनंतर, बऱ्याच कालावधीनंतर त्यांच्या मुलांनी आता शेती सांभाळायला सुरुवात केली. परंतु लपवलेल्या धनाची माहिती असल्यामुळे हरियाच्या कुटुंबाने तो काळ आरामात घालवला. मात्र भिमाच्या कुटुंबाची खाण्यापिण्याची आबाळ होऊ लागली. त्यांना त्या काळात खूपच हालअपेष्टा सहन कराव्या लागल्या. एवढंच नव्हे तर शेती करण्यासाठीसुद्धा त्यांच्याजवळ पैसे शिल्लक नव्हते.

पाहिलंत! संपत्ती दोन्ही कुटुंबांकडे होती. परंतु एका कुटुंबाला माहिती असल्याने ते त्याचा उपयोग करू शकले. तर दुसरे याबाबतीत अनभिज्ञ असल्यामुळे संपत्ती असूनही माहितीअभावी त्यांना अडचणी आणि समस्या यांना तोंड द्यावं लागलं. हीच बाब 'ईश्वरा'च्या बाबतीतही होते. ईश्वर हीच मनुष्याची सर्वोत्कृष्ट संपत्ती आहे, शिवाय ती त्याच्याच अंतर्यामी आहे. मात्र हे ओळखून जो तिला अनुभवतो, तिला स्वतःमध्ये प्रकट होण्याची आणि जीवनात काम करण्याची संधी देतो, त्याचं जीवन सुख, शांती आणि आनंद यांनी बहरून जातं. इतर लोक मात्र दुःख, ताणतणाव आणि अडचणी यांचा सामना करत आयुष्य संपवतात. जो भक्त परमात्म्याला प्रकट होण्याची संधी देतो, तो त्याला अत्यंत प्रिय असतो.

● **मनन प्रश्न :**

१. तुमच्या भक्तीमागील भावनेचं प्रांजळपणे मनन करा. तुम्ही भक्ती का करता? त्याद्वारे तुम्ही काय साध्य करू इच्छिता?

२. तुम्ही तुमच्यातील ईश्वराची उपस्थिती किती टक्के अनुभवता? ही टक्केवारी वाढवण्यासाठी तुम्ही काय करू शकता?

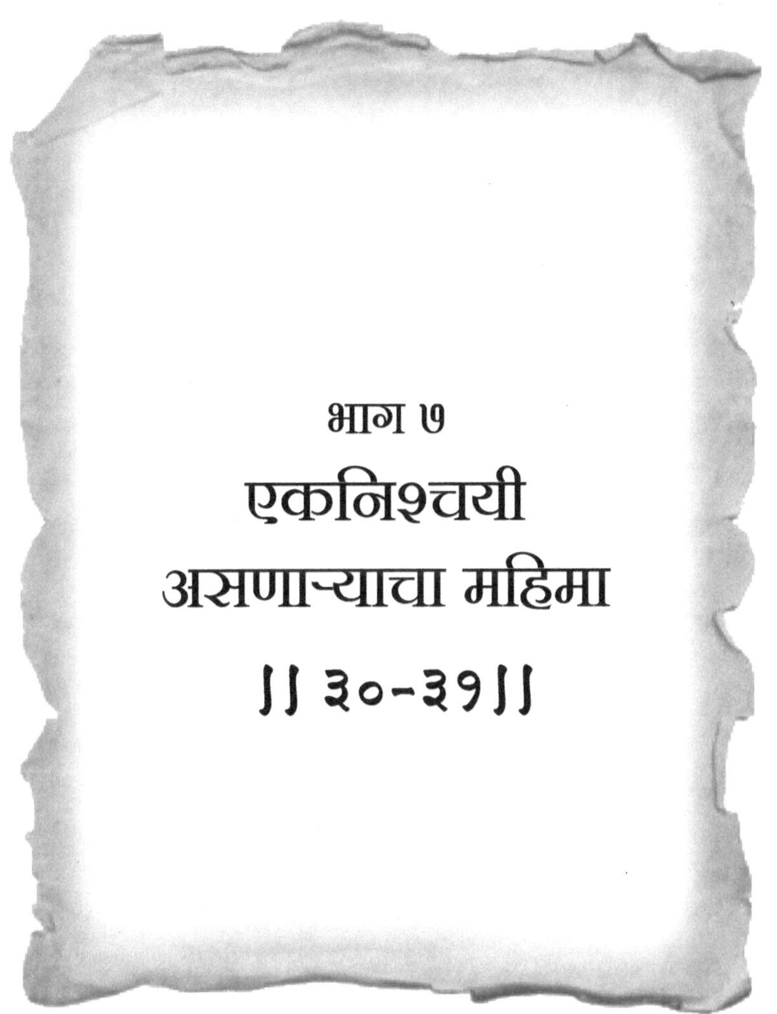

भाग ७

एकनिश्चयी असणाऱ्याचा महिमा

॥ ३०-३१ ॥

अध्याय ९

अपि चेत्सुदुराचारो भजते मामनन्यभाक् ।
साधुरेव स मन्तव्यः सम्यग्व्यवसितो हि सः ।।३०।।
क्षिप्रं भवति धर्मात्मा शश्वच्छान्तिं निगच्छति।
कौन्तेय प्रतिजानीहि न मे भक्तः प्रणश्यति।।३१।।

३०-३१

श्लोक अनुवाद : जरी कोणी अत्यंत दुराचारी असेल आणि तो भक्तीमध्ये युक्त झाला तर त्याला साधूच समजायला हवं. कारण, तो आपल्या निश्चयामध्ये योग्यप्रकारे स्थित झालेला असतो.।।३०।।

तो लवकरच धर्मात्मा (सदाचारी) होतो आणि त्याला शाश्वत शांती प्राप्त होते, हे कौंतेय! निर्भय हो आणि घोषणा कर, की माझ्या भक्ताचा कधीही नाश होत नाही.।।३१।।

गीतार्थ : प्रत्येक मनुष्य आपल्या वरवरच्या स्वभावालाच स्थायी समजत असतो. 'स्वभावाला औषध नाही' या म्हणीचा आधार घेऊन माणसाने आपल्या वृत्तींना सूट, मोकळीक दिली आहे. मात्र मनुष्य एखाद्या संताच्या सहवासात आला तर त्याच्या वृत्ती आणि चुकीचे संस्कार नष्ट व्हायला सुरुवात होते. श्रीकृष्ण म्हणतात, 'अत्यंत दुराचारी मनुष्यही जेव्हा माझा अनन्य भक्त होऊन माझं स्मरण-भजन करतो, तेव्हा त्याला साधूच समजलं पाहिजे. कारण तो ईश्वरप्राप्तीचा दृढ निश्चय करतो.'

इतिहासात अशा अनेक चोर, लुटारू आणि खुनी लोकांची उदाहरणं आहेत. त्यांच्यासाठी हत्या करणं ही विशेष बाब नव्हती. अत्यंत क्रूर मनुष्य म्हणून त्यांची ख्याती, ओळख होती. मात्र ते लोकही जेव्हा संतांच्या (सत्याच्या) संपर्कात आले, तेव्हा त्यांचं संपूर्ण जीवनच बदललं. सत्यमार्गावर वाटचाल केल्याने त्यातले काही तर संत महात्मादेखील बनले. भगवान बुद्धांचे शिष्य-अंगुलीमाल, तसंच नारदाचे शिष्य- ऋषी वाल्मिकी ही याची प्रसिद्ध उदाहरणं आहेत.

इथे तुमच्या मनात एक शंका निर्माण होऊ शकते, की काही वाईट प्रवृत्तीचे लोक बदलले, भक्त बनले, साधू झाले हे खरं आहे. पण त्यांच्या वाईट कर्माचं काय... त्यांनी अगोदर लोकांना जो त्रास दिला, त्याचा हिशेब कसा पूर्ण करणार? त्याचं असं आहे, की प्रत्येकाच्या वाईट कर्माचं फळ त्याला भोगावंच लागतं. कुकर्माचा मार्ग सोडून भक्तीच्या मार्गावर प्रगती करणाऱ्यांनाही त्यांच्या कर्माचं फळ मिळतं. परंतु ईश्वरभक्तीमुळे ते लोक ती फळं आनंदाने भोगून हिशेब पूर्ण

करतात. ती शक्ती आणि समर्पण त्यांना परमेश्वराकडून सहज लाभतं.

डाकू अंगुलीमाल अहिंसक बौद्ध भिक्षू बनल्यानंतर त्याच गावात भिक्षा मागायला गेले, जिथे यापूर्वी त्यांनी अनेक लोकांची हत्या केली होती. तेथील लोकांनी त्यांना ओळखलं आणि ते त्यांच्यावर दगड फेकू लागले, शिव्या देऊ लागले तरीही त्यांनी सर्व काही सहज भावनेने स्वीकारलं. त्यांना जखम होऊन त्यातून रक्त वाहू लागलं, तरीही त्यांनी कोणताच विरोध केला नाही. भगवान बुद्धांनी तिथे जाऊन गावकऱ्यांना थांबवायचं ठरवलं, तेव्हा ते म्हणाले, 'यांना थांबवू नका, मारू द्या. मी या जखमा आणि वेदना यांनीही समाधानी आहे. कारण मला माझ्या पापाचं प्रायश्चित्त मिळतंय.'

पाहिलंत, निष्काम आणि शुद्ध भक्ती मनुष्याला संयम आणि स्वीकार भावनेने इतकं ओतप्रोत भरते, की वाईट फळही त्याला दुःखी किंवा विचलित करू शकत नाही. चांगल्या फळांप्रमाणे वाईट फळसुद्धा तो ईश्वराचा प्रसाद मानून स्वीकारतो. चित्त निरंतर माझ्या ठायी ठेवून (माझं भजन करत) अनासक्त भावनेनं त्याच्या जबाबदाऱ्या सांभाळत असतो, तो माझ्यासाठी सर्वश्रेष्ठ आहे. म्हणूनच ते अर्जुनाकडून असाच परमप्रिय योगी होण्याची अपेक्षा व्यक्त करतात.

● मनन प्रश्न :

१. 'फळ आनंदानं (कृपा समजून) भोगणं' या बाबीतील सखोलपणा तुम्ही समजू शकला आहात का?

२. तुम्ही कोणकोणत्या नकारात्मक फळांना आनंदाने भोगलं आहे? त्यामुळे तुम्हाला कोणते लाभ झाले? यावर मनन करा.

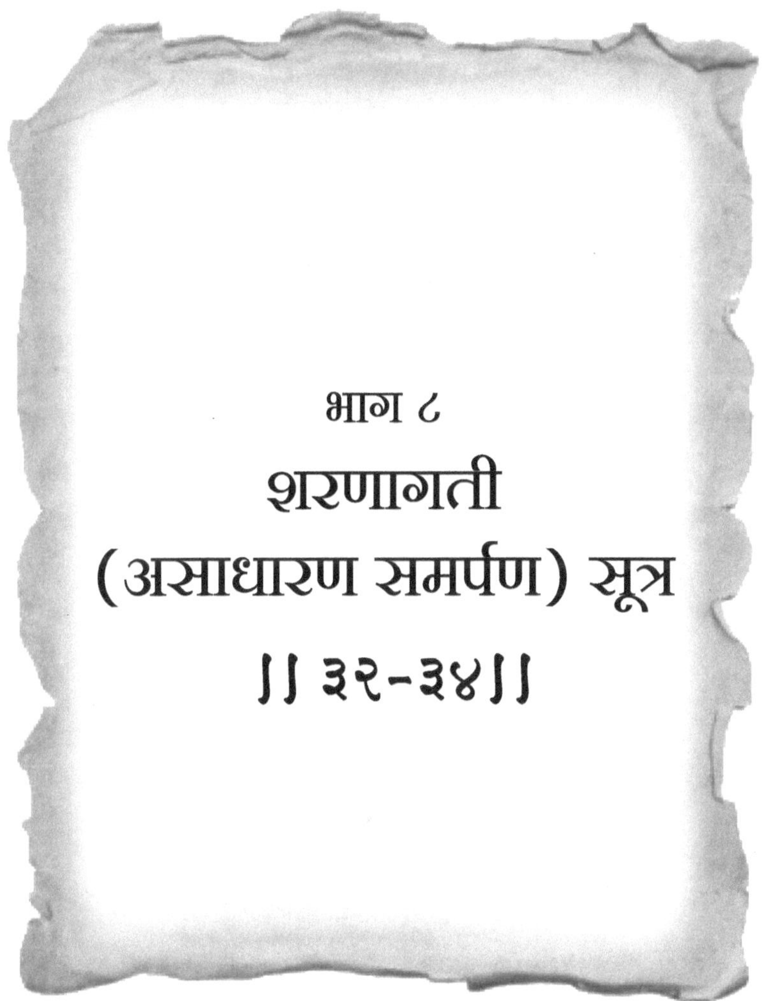

भाग ८

शरणागती (असाधारण समर्पण) सूत्र

॥ ३२-३४॥

अध्याय ९

मां हि पार्थ व्यपाश्रित्य येऽपि स्यु पापयोनयः । स्त्रियो वैश्यास्तथा शूद्रास्तेऽपि यान्ति परां गतिम् ।।३२।।

किं पुनर्ब्राह्मणाः पुण्या भक्ता राजर्षयस्तथा । अनित्यमसुखं लोकमिमं प्राप्य भजस्व माम् ।।३३।।

मन्मना भव मद्भक्तो मद्याजी मां नमस्कुरु । मामेवैष्यसि युक्त्वैवमात्मानं मत्परायणः।।३४ ।।

३२-३४

श्लोक अनुवाद : हे पार्था! जे माझा आश्रय घेतात, मग ते जरी नीच कुळातील, स्त्री, वैश्य आणि शूद्र असले तरी परमगतीलाच प्राप्त होतात.।।३२।।

तर मग सदाचारी ब्राह्मण, भक्त आणि राजर्षींच्याबद्दल काय सांगावे? म्हणून या अनित्य दुःखमय जगतामध्ये आल्याने माझ्या प्रेममयी सेवेत संलग्न हो.।।३३।।

आपलं मन, सदैव माझं चिंतन करण्यात युक्त कर, माझा भक्त हो, मला नमस्कार कर आणि माझे पूजन कर. माझ्यामध्ये पूर्णपणे रममाण झाल्याने तू निश्चितच मला प्राप्त होशील.।।३४।।

गीतार्थ : प्रस्तुत श्लोकात श्रीकृष्ण अर्जुनाला समजून सांगताना म्हणतात- 'अत्यंत पापी मनुष्य जरी माझ्या मार्गावर आला तरी तो माझ्यापर्यंत पोहोचतोच. पूर्वी माणसाची चेतना कशीही असो, तो कोणत्याही जाति-धर्माचा असो, कोणतंही काम किंवा व्यवसाय करत असो, स्त्री असो अथवा पुरुष, माझ्या मार्गावर येऊन माझ्यापर्यंत पोहोचतोच.'

संत रविदास चांभार होते, कबीर विणकर होते, गुरू नानक व्यापारी होते, शबरी मासेमाऱ्यांच्या कुटुंबातील होती, तर केवट हे नाविक होते... आणि गौतम बुद्ध, महावीर, मीरा हे तर राजघराण्यात जन्माला आले होते. मात्र या सर्वांवर कोणताही भेदभाव न होता ईश्वरकृपा झाली, या सर्वांनाच स्वबोध प्राप्त झाला.

श्रीकृष्ण म्हणतात, 'जर पापी, दुराचारी, वैश्य, शूद्र किंवा स्त्रिया असे सर्वच मला शरण येऊन माझ्या आश्रयाने परमगती प्राप्त करू शकतात, पवित्र होतात तर मग पुण्यशील ब्राह्मण आणि पवित्र क्षत्रियांबद्दल काय सांगावं! ज्या लोकांचे भाव मुळातच शुद्ध आहेत, जे पुण्यकर्म करतात, सद्चरित्र आहेत, सत्संगाचा ज्यांना लाभ मिळतो, त्यांनी जर निष्काम कर्म केलं आणि भक्तीत तल्लीन झाले तर निश्चितच ते स्वबोध प्राप्त करतील. म्हणूनच तू हे नश्वर आणि सुखरहित शरीर प्राप्त करून 'आम्ही तर जगत राहूच शिवाय सुखही भोगत राहू' अशी कामना न करता माझं भजन कर.

जगात बहुतांशी लोक स्वतःला शरीर समजूनच जगतात. ते शरीरालाच 'मी' मानतात, त्यामुळे ते शरीरालाच खूश ठेवू इच्छितात. 'शरीर आनंदी तर मी आनंदी', अशा विचारामुळे हे लोक या भ्रमात असतात, की 'मी आणि शरीर एकच आहे.' मात्र जेव्हा ते विशेष समर्पण करतात, तेव्हा कर्माबरोबरच समर्पण करणाराही समर्पित होतो.

विचार करा, अशा प्रकारे समर्पण झालं तर तुमचं जीवन कसं होईल? तुमच्या समस्यांचं काय होईल? तुम्ही कदाचित असा विचार कराल, की अशा समर्पणाचा मला काय उपयोग? परंतु असा जर विचार केला तर त्या व्यक्तीने (अहंकाराने) जे समर्पित केलं होतं ते परत घेतलं, असा याचा अर्थ होतो. बऱ्याच वेळा अशी चूक होण्याचीच अधिक शक्यता असते. म्हणूनच विशेष समर्पणयोगाची सखोलता जाणून ती कायम लक्षात ठेवायला हवी.

विशेष समर्पणाचा अर्धाच भाग तुम्ही समजून घेतला असेल तर अज्ञानामुळे तुम्ही पुन्हा असमर्पणाच्या अवस्थेत जाता किंवा जे समर्पित केलं, ते पुन्हा परत घेता. मग पुन्हा त्याच चिंता आणि तणाव तुम्हाला घेरतात. कारण घटनेत अडकलेल्या व्यक्तीला इतर काहीही दिसत नाही.

उदाहरणार्थ, एखादा मनुष्य मंदिरात प्रसाद अर्पण करतो, तेव्हा सामान्यपणे तो मंदिराबाहेरच प्रसाद वाटून टाकतो. मात्र तिथून निघताना एखाद्याने सर्व प्रसाद परत घेतला तर त्याला तुम्ही काय म्हणाल? ज्याप्रमाणे मनुष्य मंदिरात प्रसाद अर्पण करतो, त्याप्रमाणे आपला अहंकार, विकार, सुखदुःख सर्वकाही अर्पण करतो. परंतु घटनेदरम्यान त्याला असुरक्षित वाटलं तर पुन्हा त्याचे विकार परत घेतो आणि जुनाच प्रतिसाद देतो. अशा प्रकारे त्याची समर्पणाची देवाणघेवाण सुरू असते.

अशा प्रकारचं समर्पण म्हणजे विशेष समर्पण नव्हे. संकटकाळी जेव्हा लोक आपल्या विकारांसह प्रतिसाद देतात, तेव्हा शरीराच्या ताकदीवर

विश्वास ठेवून देतात. ते जीवनातील प्रत्येक समस्या ताकदीच्या बळावर सोडवण्याचा प्रयत्न करतात. अशा वेळी मान-सन्मान, सत्ता, संपत्ती आणि माहितीच्या ज्ञानाची शक्ती इत्यादींनाच ते त्यांची शक्ती मानतात.

इंद्रियं किंवा मनोवृत्ती यांनी परमसुख प्राप्त करण्याची कृती म्हणजे केवळ एक क्रिया ठरते. त्याद्वारे कधीही स्वानुभव प्राप्त होऊ शकत नाही. उलट त्यामुळे वृत्ती जास्त बळकट होत जातात.

मात्र अज्ञानामुळे मनुष्य वर्षानुवर्षं इंद्रियांद्वारेच परमसुख प्राप्त करण्याचा प्रयत्न करतो. अशा प्रकारे लोक इंद्रियांना खूश करण्याच्या नादात अमूल्य वेळ वाया घालवतात. उदाहरणार्थ, काही लोक थोडंसं कंटाळवाणं वाटू लागताच, टीव्हीसमोर तासन्‌तास बसून वेळ वाया घालवतात.

काही लोकांना प्रमाणापेक्षा जास्त खाण्याची आवड असते. ते प्रत्येक हॉटेलमध्ये खाण्याचा आस्वाद घेऊन परमसुख शोधतात. एका हॉटेलमध्ये मिळालं नाही तर दुसरं हॉटेल शोधतात. हा त्यांचा क्रम नित्य सुरूच राहतो. वर्षानुवर्षं असं करत राहिल्याने ही साधारण वाटणारी क्रिया वृत्तीत कधी बदलते, हेही त्यांना समजत नाही. अशावेळी ही वृत्ती सोडण्यासाठी फक्त भक्तीच उपयुक्त ठरते. कारण केवळ भक्तीतच ती वृत्ती तोडण्याची शक्ती असते.

तसंच मनात मायेचे विचार असतील तर मनुष्य बाह्य गोष्टींमध्ये भरकटत राहतो; परंतु त्याला कुणी मार्गदर्शक लाभला तर तो त्याला म्हणतो, 'आता बाह्य प्रवासासोबत अंतर्यात्राही सुरू ठेवा.' तेव्हा मनुष्य विचारांच्या मूळस्थानी, तेजस्थानी (हृदयस्थानी) पोहोचतो, जिथे परममौन असतं.

तुम्हाला कशा प्रकारचं जीवन जगायचंय? हे शेवटी तुम्हीच ठरवायचं आहे. शारीरिक सुखसुविधा सोडून सेवा, प्रेम आणि भक्ती प्राप्त करायची, की शरीरालाच महत्त्व देऊन इच्छा, वासना आणि अहंकार बाळगत

जगायचंय? तुमच्यात इतकी भक्ती आणि समज असायला हवी, की तुम्ही मायेची प्रलोभनं ओळखून, त्यांना नकार देऊन विशेष समर्पण करत जीवन व्यतीत करायला हवं.

- **मनन प्रश्न :**

१. तुम्ही जेव्हा 'मी' या शब्दाचा उपयोग करता, तेव्हा तो कुणासाठी वापरता? यावर मनन करा.

२. सर्व गोष्टी लक्षात घेऊन तुम्ही प्रत्येक चांगलं किंवा वाईट कर्म ईश्वराला समर्पित करून त्याला शरण जायला तयार आहात का?

हे पुस्तक वाचल्यानंतर आपला अभिप्राय कृपया या पत्त्यावर अवश्य पाठवा.

Tej Gyan Global Foundation, Pimpri Colony Post Office, P.O.Box 25, Pune-411017. Maharashtra (India).

एक अल्प परिचय
सरश्री

स्वीकार मुद्रा

सरश्रींचा आध्यात्मिक शोधाचा प्रवास त्यांच्या बालपणापासूनच सुरू झाला होता. हा शोध सुरू असतानाच त्यांनी अनेक प्रकारच्या पुस्तकांचं अध्ययन केलं. त्याचबरोबर या शोधकाळात त्यांनी अनेक ध्यानपद्धतींचा अभ्यासही केला. त्यांच्यातील या जिज्ञासेने त्यांना अनेक वैचारिक आणि शैक्षणिक संस्थांमध्ये जाण्यासाठी प्रेरित केलं. जीवनाचं रहस्य समजण्यासाठी त्यांनी **प्रदीर्घ काळ मनन करून आपलं शोधकार्य सातत्याने सुरू ठेवलं. या शोधातूनच त्यांना 'आत्मबोध' प्राप्त झाला**. आत्मसाक्षात्कारानंतर त्यांना जाणवलं, की **अध्यात्माचा प्रत्येक मार्ग ज्या शृंखलेने जोडलेला आहे, तो म्हणजे 'समज' (Understanding).** आत्मबोधप्राप्तीनंतर त्यांनी अध्यापनाचं कार्य थांबवलं आणि जवळ जवळ दोन दशकांहूनही अधिक काळ आपलं समस्त जीवन अखिल मानवजातीच्या आध्यात्मिक विकासासाठी अर्पण केलं.

सरश्री म्हणतात, ''सत्यप्राप्तीच्या सर्व मार्गांचा प्रारंभ जरी वेगवेगळ्या मार्गांनी होत असला, तरी सर्वांचा अंत मात्र एकच समज प्राप्त केल्याने होतो. ही **'समज'च सर्व काही असून ती स्वत:मध्ये परिपूर्ण आहे**. आध्यात्मिक ज्ञानप्राप्तीसाठी या 'समजे'चं श्रवणच पुरेसं आहे.'' ही समज प्रकाशमान करण्यासाठी आजपर्यंत त्यांनी **आध्यात्मिक विषयांवर तीन हजारांहून अधिक प्रवचनं दिली आहेत**. या प्रवचनांद्वारे ते अध्यात्मातील अतिशय गहन संकल्पना सहज, सुलभ आणि व्यावहारिक भाषेत समजावून सांगतात. समाजातील प्रत्येक स्तरावरील मनुष्य सरश्रींद्वारे सांगितल्या जाणाऱ्या या समजेचा लाभ घेऊ शकतो.

ही समज प्रत्येकाला आपल्या अनुभवातून प्राप्त व्हावी, यासाठी सरश्रींनी

'महाआसमानी परमज्ञान शिबिर' आणि त्यासाठी आवश्यक असणारी कार्यप्रणाली (सिस्टिम) तयार केली. **तिचा लाभ आज लाखो लोक घेत आहेत.** या प्रणालीला आय.एस.ओ. (ISO 9001:2015) प्रमाणपत्रही लाभलंय. या प्रणालीमुळेच अनेकांना सत्यमार्गावर वाटचाल करण्याची प्रेरणा मिळाली आहे. या समजेचा प्रचार आणि प्रसार करण्यासाठी त्यांनी 'तेजज्ञान फाउंडेशन' या आध्यात्मिक संस्थेचा पाया रचला. **'हॅपी थॉट्सद्वारे उच्चतम विकसित समाजाची निर्मिती करणे,'** हेच या संस्थेचं मुख्य उद्दिष्ट आहे.

विश्वातील प्रत्येक मनुष्य आज सरश्रींच्या मार्गदर्शनाचा लाभ घेऊ शकतो. त्यासाठी कोणत्याही धर्म, जात, उपजात, वर्ण, पंथ वा लिंग यांचं बंधन नसतं. विश्वाच्या प्रत्येक कानाकोपऱ्यांतील लोक आज 'तेजज्ञान'च्या अनोख्या ज्ञानप्रणालीचा (System for Wisdom) लाभ घेत आहेत. याच व्यवस्थेचा आणखी एक महत्त्वपूर्ण भाग म्हणजे, **दररोज सकाळी आणि रात्री ९ वाजून ९ मिनिटांनी लाखो लोक विश्वशांतीसाठी प्रार्थना करत आहेत.**

बेस्ट सेलर पुस्तक 'विचार नियम' शृंखलेचे रचनाकार म्हणूनही सरश्रींना ओळखलं जातं. **केवळ पाच वर्षांच्या कालावधीत या पुस्तकाच्या १ कोटीपेक्षा अधिक प्रती वितरित** झाल्या आहेत. याशिवाय आजवर त्यांनी विविध विषयांवर **१०० हून अधिक पुस्तकं लिहिली** आहेत. त्यांपैकी 'विचार नियम', 'स्वसंवाद एक जादू', 'शोध स्वतःचा', 'स्वीकाराची जादू', 'निःशब्द संवाद एक जादू', 'संपूर्ण ध्यान' इत्यादी पुस्तकं बेस्ट सेलर झाली आहेत. ही पुस्तकं दहापेक्षा अधिक भाषांमध्ये अनुवादित असून, पेंगुइन बुक्स, हे हाउस पब्लिशर्स, जैको बुक्स, मंजुळ पब्लिशिंग हाउस, प्रभात प्रकाशन, राजपाल अ‍ॅण्ड सन्स, पेंटागॉन प्रेस आणि सकाळ प्रकाशन इत्यादी प्रमुख प्रकाशन संस्थांद्वारे ती प्रकाशित झाली आहेत.

तेजज्ञान फाउंडेशन परिचय

तेजज्ञान फाउंडेशन आत्मविकासातून आत्मसाक्षात्कार प्राप्त करण्याचा एक मार्ग आहे. यासाठी सरश्रींद्वारा एक अनोखी बोधप्रणाली (System for Wisdom) निर्माण झाली आहे. या प्रणालीला आंतरराष्ट्रीय प्रमाणपत्राद्वारे ISO 9001:2015च्या आवश्यकतेनुसार आणि निकष पडताळून सरळ, व्यावहारिक आणि प्रभावी बनवलं गेलं आहे.

या संस्थेच्या प्रबोधनपद्धतीच्या भिन्न पैलूंना (शिक्षण, निरीक्षण आणि गुणवत्ता) स्वतंत्र गुणवत्ता परीक्षकांद्वारे (Quality Auditors) क्रमबद्ध पद्धतीने पडताळलं गेलं. त्यानंतर या पैलूंना ISO 9001:2015 साठी पात्र समजून या बोधपद्धतीला हे प्रमाणपत्र प्रदान करण्यात आलं.

या फाउंडेशनचे लक्ष्य आहे नकारात्मक विचारांकडून सकारात्मक विचारांकडे वाटचाल. सकारात्मक विचारांकडून शुभ विचारांकडे म्हणजे हॅपी थॉट्सकडे प्रगती. शुभ विचारांकडून निर्विचार अवस्थेकडे मार्गक्रमण आणि निर्विचार अवस्थेच्या अंती आत्मसाक्षात्कार प्राप्ती. 'मी सर्व विचारांपासून मुक्त व्हावे' हा विचार म्हणजे शुभ विचार (हॅपी थॉट्स). 'मी प्रत्येक इच्छेपासून मुक्त व्हावे', अशी इच्छा म्हणजे शुभ इच्छा.

तेजज्ञान म्हणजे ज्ञान व अज्ञान या दोहोंच्या पलीकडचे ज्ञान. पुष्कळ लोक सामान्य ज्ञानाच्या (General Knowledge) माहितीलाच ज्ञान मानतात. परंतु अस्सल ज्ञान आणि नुसती माहिती यांत फार मोठे अंतर आहे. आजमितीला लोक सामान्य ज्ञानाच्या उत्तरांनाच जास्त महत्त्व देतात. अशा ज्ञानाचे विषय म्हणजे कर्म आणि भाग्य, योग आणि प्राणायाम, स्वर्ग आणि नरक इत्यादी. आजच्या युगात सामान्यज्ञान प्राप्त करणारे लोक, शिक्षक मोठ्या प्रमाणावर आहेत; परंतु हे ज्ञान ऐकून जीवनात परिवर्तन घडून येत नाही. असे ज्ञान म्हणजे केवळ बुद्धिविलास आहे किंवा अध्यात्माच्या नावावर चाललेला बुद्धीचा व्यायाम आहे.

सर्व समस्यांवरील उपाय आहे तेजज्ञान. क्रोध, चिंता आणि भय यांपासून मुक्त जीवन म्हणजे तेजज्ञान. शारीरिक, मानसिक, सामाजिक, आर्थिक आणि आध्यात्मिक प्रगतीचा, सर्वांगीण प्रगतीचा मार्ग आहे तेजज्ञान. तेजज्ञान आपल्या अंतरंगात आहे. येथे या आणि या गोष्टीचा अनुभव घ्या.

आपल्याला असे ज्ञान हवे आहे, की जे सामान्य ज्ञानापलीकडे आहे, जे प्रत्येक समस्येवरील उत्तर आहे, जे प्रत्येक समजुतीपासून, गृहीत धारणांपासून आपल्याला मुक्त करते, ईश्वरी साक्षात्कार घडविते, अंतिम सत्यात स्थापित करते. आता वेळ आली आहे शाब्दिक, सामान्यज्ञानातून बाहेर येऊन तेजज्ञानाचा अनुभव घेण्याची!

आजवर जप-तप, तंत्र-मंत्र, कर्म-भाग्य, ध्यान-ज्ञान, योग-भक्ती असे अनेक मार्ग अध्यात्मात सांगितले आहेत. या सर्व मार्गांनी प्राप्त होणारी अंतिम समज, अंतिम ज्ञान, बोध एकच आहे. अंतिम सत्याच्या शोधकाला, साधकाला शेवटी जी एकच 'समज' प्राप्त होते, ती 'समज' श्रवणानेसुद्धा प्राप्त होऊ शकते. अशा समजप्राप्तीसाठी श्रवण करणे यालाच तेजज्ञान प्राप्त करणे म्हटले गेले आहे. तेजज्ञानाच्या श्रवणाने सत्याचा साक्षात्कार घडतो, ईश्वरीय अनुभव मिळतो. हेच तेजज्ञान सरश्री महाआसमानी परमज्ञान शिबिरात प्रदान करतात.

महाआसमानी परमज्ञान
शिबिर परिचय आणि लाभ (निवासी)

तुम्हाला सर्वोच्च आनंद हवाय? असा आनंद, जो कोणत्याही बाह्य कारणावर अवलंबून नाही... जो प्रत्येक क्षणी वृद्धिंगत होतो. या जीवनात तुम्हाला प्रेम, विश्वास, शांती, समृद्धी आणि परमसंतुष्टी हवी आहे का? शारीरिक, मानसिक, सामाजिक, आर्थिक आणि आध्यात्मिक अशा आयुष्याच्या सर्व स्तरांवर यशस्वी होण्याची तुमची इच्छा आहे का? 'मी कोण आहे' हे तुम्हाला अनुभवाने जाणावंसं वाटतं का?

तुमच्या अंतर्यामी अशा सर्व प्रश्नांची उत्तरं जाणण्याची इच्छा आणि 'अंतिम सत्य' प्राप्त करण्याची तृष्णा असेल, तर तेजज्ञान फाउंडेशनतर्फे आयोजित 'महाआसमानी शिबिरा'त तुमचं स्वागत आहे. हे शिबिर सरश्रींच्या मार्गदर्शनावर आधारित आहे. सरश्री, आजच्या युगातील आध्यात्मिक गुरू असून, ते आजच्या लोकभाषेत अत्यंत सहजपणे आध्यात्मिक समज प्रदान करतात.

महाआसमानी परमज्ञान शिबिराचा उद्देश : विश्वातील प्रत्येक मनुष्यानं 'मी कोण आहे', या प्रश्नाचं उत्तर जाणून तो सर्वोच्च आनंदाच्या अवस्थेत स्थापित व्हावा, हाच या शिबिराचा मुख्य उद्देश आहे. प्रत्येकाला असं ज्ञान प्राप्त व्हावं, जेणेकरून त्यानं प्रत्येक क्षणी वर्तमानात जगण्याची कला आत्मसात करावी. तो भूतकाळाचं ओझं आणि भविष्याची चिंता यांतून मुक्त व्हावा. प्रत्येकाच्या आयुष्यात कधीही न संपणारा आनंद आणि योग्य समज यावी. शिवाय, प्रत्येकानं समस्या विलीन करण्याची कला आत्मसात करावी. थोडक्यात, मनुष्यजन्माचा उद्देश सफल व्हावा, हाच या शिबिराचा उद्देश आहे.

'मी कोण आहे? मी येथे का आहे? मोक्ष म्हणजे काय? या जन्मातच मोक्षप्राप्ती शक्य आहे का?' असे प्रश्न जर तुमच्या मनात असतील, तर त्यांवरील उत्तर आहे- 'महाआसमानी परमज्ञान शिबिर'.

महाआसमानी परमज्ञान शिबिराचे मुख्य लाभ :वास्तविक या शिबिराचे लाभ तर असंख्य आहेत; पण त्यांपैकी मुख्य लाभ पुढीलप्रमाणे-* जीवनात शक्तिशाली ध्येय निश्चित होतं * 'मी कोण आहे' हे अनुभवाने जाणता येतं (सेल्फ रियलायजेशन) *मनाचे सर्व विकार विलीन होतात.* भय, चिंता, क्रोध, बोरडम, मोह, तणाव या नकारात्मक बाबींतून मुक्ती * प्रेम, आनंद, मौन, समृद्धी, संतुष्टी, विश्वास अशा दिव्य गुणांशी युक्ती * साधं, सरळ पण शक्तिशाली जीवन जगता येतं * प्रत्येक समस्येचं निराकरण करण्याची कला प्राप्त होते * 'प्रत्येक क्षणी वर्तमानात जगणं' हा तुमचा स्वभाव बनतो * आपल्यातील सर्व सकारात्मक शक्यता खुलतात * याच जीवनात मोक्षप्राप्ती होते

महाआसमानी परमज्ञान शिबिरात सहभागी कसं व्हाल?या शिबिरात सहभागी होण्यासाठी तुम्हाला खालील बाबींची पूर्तता करायची आहे- १) तुमचं वय कमीत कमी अठरा किंवा त्यापेक्षा अधिक असायला हवं. २) सर्वप्रथम तुम्हाला 'सत्य-स्थापना' (फाउंडेशन ट्रुथ रिट्रीट) शिबिरात सहभागी व्हावं लागेल. या शिबिरात, तुम्ही प्रामुख्यानं दोन बाबी शिकाल- प्रत्येक क्षणी वर्तमानात जगण्याची कला कशी आत्मसात करावी आणि निर्विचार अवस्था कशी प्राप्त करावी. ३) प्राथमिक स्तरावर तुम्हाला काही प्रवचनं ऐकायची असून, त्यांतून तुम्ही मूलभूत समज आत्मसात कराल आणि महाआसमानी परमज्ञान शिबिरात प्रवेश करण्यासाठी तयार व्हाल.

हे शिबिर साधारणपणे एक-दोन महिन्यांच्या अंतराने आयोजित करण्यात येतं. यात हजारो सत्यशोधक सहभागी होतात. या शिबिराची तयारी दोन पद्धतींनी करू शकता. पहिली पद्धत- मनन आश्रम, पुणे येथे ५ दिवसीय शिबिरात भाग घेऊ शकता. दुसरी पद्धत- तेजज्ञान फाउंडेशनच्या जवळच्या सेंटरवर जाऊन सत्यश्रवणाद्वारेही करू शकता. महाराष्ट्रात अहमदनगर, सातारा, औरंगाबाद, नाशिक, नागपूर, वर्धा, अमरावती, चंद्रपूर, यवतमाळ, कोल्हापूर, सांगली, रत्नागिरी, लातूर, बीड, नांदेड, परभणी, पनवेल, मुंबई, ठाणे, सोलापूर, पंढरपूर, जळगाव, अकोला, बुलढाणा, धुळे, भुसावळ आणि महाराष्ट्राबाहेर सुरत, अहमदाबाद, बडोदा, नवी दिल्ली, बेंगलुरू, बेळगाव, धारवाड, रायपूर, भुवनेश्वर, कोलकाता, रांची, लखनौ, कानपूर, चंदीगढ, जयपूर, चेन्नई, पणजी, म्हापसा, भोपाळ, इंदोर, इटारसी, हर्दा, विदिशा, बुऱ्हाणपूर या ठिकाणी महाआसमानी शिबिराची पूर्वतयारी करू शकता.

तेजज्ञान फाउंडेशनमध्ये उपलब्ध असणाऱ्या सरश्रीलिखित पुस्तकांचं वाचन करून तुम्ही या शिबिराची पूर्वतयारी करू शकता. याशिवाय, तुम्ही रेडिओ किंवा यू ट्युबवरील सरश्रींच्या प्रवचनांचा लाभही घेऊ शकता. पण लक्षात घ्या, पुस्तकांतील ज्ञान, रेडिओ आणि यू ट्युबवरील प्रवचनं म्हणजे 'तेजज्ञानाची तोंडओळख' आहे;

'संपूर्ण तेजज्ञान' मुळीच नाही. तुम्ही महाआसमानी परमज्ञान परमज्ञान शिबिरात सहभागी होऊनच तेजज्ञानाचा आनंद घेऊ शकता. तेव्हा आगामी महाआसमानी परमज्ञान शिबिरात सहभागी होण्यासाठी आजच संपर्क करा- 09921008060/75, 9011013208

महाआसमानी परमज्ञान शिबिरस्थान :

हे शिबिर पुण्यातील मनन आश्रम येथे आयोजित केलं जातं. येथे तुमच्या निवासाची आणि भोजनाची व्यवस्था केली जाते. तुम्हाला काही शारीरिक व्याधी असतील आणि त्यासाठी जर तुम्ही नियमितपणे औषधं घेत असाल, तर शिबिरात येताना ती सोबत बाळगावीत. शिवाय, वातावरणानुसार गरम कपडे, स्वेटर, ब्लँकेटही आणावं.

पुणे शहरापासून १७ किलोमीटर अंतरावर अत्यंत निसर्गरम्य परिसरात मनन आश्रम वसलेला आहे. आश्रमात महिला आणि पुरुष यांच्या निवासाची स्वतंत्र व्यवस्था असून येथे जवळपास ८०० लोकांच्या राहण्याची व्यवस्था आहे. आपण हवाईमार्ग, हायवे किंवा रेल्वे अशा कोणत्याही मार्गाने पुण्यात येऊ शकता.

मनन आश्रम : मनन आश्रम, पुणे, सर्व्हे नं. ४३, सणस नगर, नांदोशी गाव, किरकटवाडी फाटा, तालुका- हवेली, जिल्हा- पुणे- ४११०२४. फोन- 09921008060

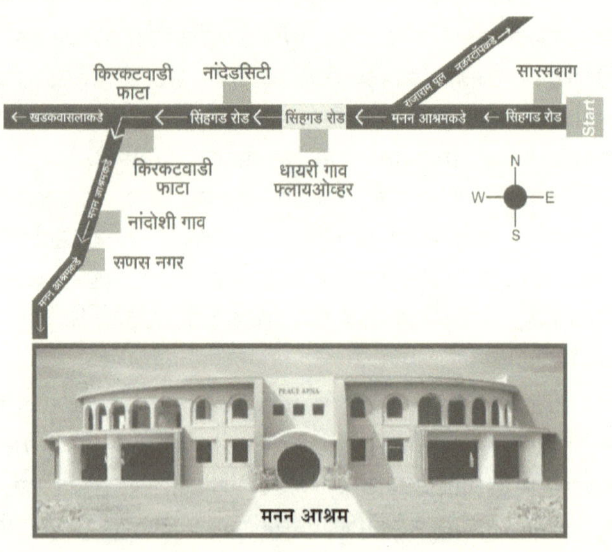

✻ तेजज्ञान इंटरनेट रेडिओ ✻

तेजज्ञान इंटरनेट रेडिओद्वारे २४ तास ३६५ दिवस, सरश्रींच्या प्रवचन आणि भजनांचा लाभ घ्या. त्यासाठी पाहा लिंक–
http://www.tejgyan.org/internetradio.aspx

विविध भारती F.M. वर दर रविवारी
सकाळी १०:०५ ते १०:१५ वा.

नोट : *या कार्यक्रमांच्या वेळेत बदल झाल्यास नोंद ठेवावी.*

www.youtube.com/tejgyan च्या साहाय्यानेदेखील सरश्रींच्या प्रवचनांचा लाभ घेऊ शकता.
For online shoping visit us - www.tejgyan.org,
www.gethappythoughts.org

आपणास हवी असलेली पुस्तकं घरपोच मिळण्यासाठी मनीऑर्डर पाठवा.
ही पुस्तकं आमच्या खर्चाने रजिस्टर्ड पोस्ट, कुरिअर आणि व्ही.पी.पी.द्वारे पाठवली जातील. त्यासाठी खालील पत्त्यावर संपर्क साधावा.

वॉव पब्लिशिंग्ज् प्रा. लि.
*रजिस्टर्ड ऑफिस : E-4, वैभव नगर, तपोवनमंदिराजवळ, पिंपरी, पुणे –४११०१७
* पोस्ट बॉक्स नं. ३६, पिंपरी कॉलनी, पोस्ट ऑफिस, पिंपरी–पुणे – ४११०१७
फोन नं. : 09011013210 / 9623457873

आपण पुस्तकांची ऑर्डर ऑनलाईनही देऊ शकता.
लॉग इन करा – www.gethappythoughts.org
३०० रुपयांहून अधिक किमतीची पुस्तकं मागवल्यास १०% सूट मिळेल आणि डिलिव्हरी फ्री.

तेजज्ञान फाउंडेशनच्या मुख्य शाखा

पुणे : (रजिस्टर्ड ऑफिस)

विक्रांत कॉम्प्लेक्स, तपोवन मंदिराजवळ, पिंपरी,
पुणे : ४११ ०१७. फोन : (०२०) २७४१२५७६, २७४११२४०

मनन आश्रम :

सर्व्हे नं. ४३, सणस नगर, नांदोशी गांव, किरकटवाडी फाटा,
तालुका : हवेली, जि. पुणे: ४११ ०२४.
फोन : ०९९२१००८०६०

e-books

The Source • Complete Meditation • Ultimate Purpose of Success • Enlightenment I Inner Magic • Celebrating Relationships • Essence of Devotion • Master of Siddhartha • Self Encounter and many more.
Also available in Hindi at gethappythoughts.org

Free apps

U R Meditation & Tejgyan Internet Radio on all platforms like Android, iPhone, iPad and Amazon

e-magazines

'Yogya Aarogya' & 'Drushtilakshya'

emagazines available on www.magzter.com

e-mail

mail@tejgyan.com

Website

www.tejgyan.org, www.gethappythoughts.org

www.ingramcontent.com/pod-product-compliance
Lightning Source LLC
LaVergne TN
LVHW101952220826
846093LV00006B/190

* 9 7 8 9 3 8 7 6 9 6 7 6 1 *